*NHÂN SINH BÁCH NGHỆ*

**NHÂN SINH BÁCH NGHỆ**
Thơ **Bóng Tà Dương & Cao Bồi Già**
Dàn trang: **Nguyễn Thành**
Bìa: **Uyên Nguyên Trần Triết**
**Nhân Ảnh** Xuất Bản **2021**
ISBN: 978-1989993668
Copyright © 2021 by Vu Quang Huy

BÓNG TÀ DƯƠNG
CAO BỒI GIÀ

# NHÂN SINH BÁCH NGHỆ

NHÂN ẢNH
2021

# NHÂN SINH BÁCH NGHỆ

## VÀI DÒNG CẢM TÁC VỀ TẬP THƠ NHÂN SINH BÁCH NGHỆ
## CAO MỴ NHÂN

Từ lâu rồi, tôi nghĩ về 2 tác giả Bùi Nghiệp bút hiệu Bóng Tà Dương và Vũ Quang Huy bút hiệu Cao Bồi Già.

Nhị vị thi sĩ này chung tay viết một tập thơ lạ: "Nhân Sinh Bách Nghệ".

Hình thành một tập thơ trữ tình lãng mạn có lẽ không khó bằng diễn tả hàng trăm nghề nghiệp trong cuộc sống hôm nay.

Thưa quý vị, tập thơ "Nhân Sinh Bách Nghệ" của Bóng Tà Dương và Cao Bồi Già đã khô khan qua danh hiệu tập thơ, những tưởng lại càng khô khốc khi nhị vị thi sĩ diễn tả bằng thơ Đường Luật. Thế nhưng đọc đến đâu là sảng khoái và thú vị với nhân sinh đến đấy.

Tôi không đề cập tới kỹ thuật thơ Đường Luật, vì cả hai vị bút pháp thi ca cổ điển đã điêu luyện rồi.

Hơn nữa sau bài "Lời Phi Lộ", nhị vị cũng đã trình bày "Đôi Nét Về Thất Ngôn Bát Cú" để quý độc giả thưởng lãm thể thơ rất nguyên tắc Đường Thi.

Tôi xin sơ qua vài dòng về nội dung tập thơ "Nhân Sinh Bách Nghệ".

360 bài thơ giới thiệu 360 nghề đang được biến diễn chung quanh ta, từ thượng lưu trí thức đến bình dân lao động.

Độc giả sẽ gặp gỡ đông đủ thế nhân qua giai tầng xã hội xưa nay.

Thế nên, đây cũng là một tập tổng hợp "Hồi ký Thơ" của rất nhiều nhân vật hiện diện trong xã hội này.

Quý vị độc giả có thể ngạc nhiên vì thơ không lãng mạn, trữ tình gió trăng mây nước vv...

Nhưng cũng không vì thế mà không thương cảm những người suốt đời lam lũ với công ăn việc làm của họ.

Riêng 2 tác giả Bóng Tà Dương và Cao Bồi Già thì lại là những nét đan thanh của xã hội tiêu biểu sự tương phản, khó khăn nghiệt ngã trong cuộc sống đời người "bất hạnh" chăng?

Cao Bồi Già là một Thi Sĩ khá phức tạp và bi phẫn, ông đã bị khiếm thị, bịnh hoạn trên 10 năm nay, mà vẫn hăng say viết lách một cách tài tình, lạ lùng. Trong ân sủng Thượng Đế đã quan phòng và che chở ông qua mọi vấn đề nan giải vô cùng.

Là bạn thơ của nhị vị tác giả, tôi trân trọng giới thiệu tập thơ "Nhân Sinh Bách Nghệ" với ước mong tha thiết quý vị nhàn lãm như bắt gặp một kỳ hoa dị thảo giữa cuộc đời này...

*Hawthorne 9.12.2020*
**Cao Mỵ Nhân**

**Kính thưa quý vị độc giả!**

Trong lúc hai đồng tác giả chúng tôi đang chuẩn bị xuất bản cuốn sách NHÂN SINH BÁCH NGHỆ này. Thì thật là đau buồn: Tác giả Bóng Tà Dương (anh Phêrô Bùi Nghiệp) đã đột ngột được Chúa gọi về vào rạng sáng ngày 23-12-2020.

Đây là điều làm chúng tôi vô cùng bàng hoàng và đau xót. Trong tâm tình đau buồn và thương tiếc, chúng tôi đã cố gắng nỗ lực để sớm hoàn thành, cho ra mắt quý độc giả cuốn sách này, nhằm tưởng nhớ đến người vừa khuất và cũng kính dâng lên hương hồn anh, mong anh được mãn nguyện với đứa con tinh thần này.

Kính mong quý vị độc giả khi thưởng lãm tác phẩm này, thì xin cùng chúng tôi cầu chúc cho hương hồn Tác giả Bóng Tà Dương mau sớm được hưởng Thánh Nhan.

Trong tâm tình đó, chúng tôi xin chia sẻ cùng quý vị độc giả BÀI VĂN TẾ MỖ, là bài văn tế mà chính tác giả Bóng Tà Dương đã tự viết cho chính mình và ký gửi trước cho Cao Bồi Già.

Mời quý vị cảm độc:


VĂN TẾ MỖ

Bào ảnh mấy vầng;
Phù vân một kiếp.
Đôi ngả âm dương;
Hai vừng nhật nguyệt.

Thuyền tồn vong cập bãi tha ma;
Xe sinh tử dừng bờ mộ huyệt.
Tang điền nhất đán viễn phương;
Thương hải ba sinh hồ điệp.

Mỗ đây:
Đất Nam Định, phủ Trực Ninh cắt rốn chào đời;
Tiết thu phân, năm Tân Mão chôn rau hòa nhịp.
Nối bước tổ tằng, đâu giầu ba họ, nương sắn ruộng dâu;
Theo chân bác mẹ, nào khó ba đời, giậu tơi vồng diếc.
Chín họ chân lấm tay bùn;
Ba đời tay làm hàm xiết.
Bớ giống trâm anh;
Hỡi dòng thế phiệt.
Họ hàng bao người: Chánh lãnh, phủ tri?
Dòng tộc mấy đấng chức phần: Ông đồ, thầy điệp!
Buổi nhiễu nhương rời Bắc bộ cha cõng tha hương;
Thời tao loạn đến Nam kỳ mẹ bồng lập nghiệp.

Gởi lòng son: Vương nhã khánh nho;
Trao tâm huyết: Đăng khoa chi nghiệt.
Ước nên giống má rạng rỡ tông môn;
Mong đáp cao dầy nở mày nở mặt.

Ngờ đâu:
Hai năm nòng nọc đứt đuôi;
Sáu tháng dưa đen lộn kiếp.
Trâu cầy quá buổi, hồng hộc hoài công;
Chó chạy quá cơm, long nhong mất nhịp.
Sách đèn đánh trống bỏ dùi;

Công danh thử kêu bắn tịt.

Cũng một thời:
Chốn thao trường lấp lánh "an pha";
Ngoài chiến địa ngời ngời "Mai biếc".
Nửa bồ binh pháp, buổi nhiễu nhương huynh đệ tương tàn;
Vơi túi kinh luân, thời tao loạn nồi da nấu thịt.
Ba năm da ngựa bọc thây;
Ngàn bữa nằm gai nếm mật.

Rồi đến lúc:
Vào trường cải tạo, cơ trời bí lối bàn cờ…
Ra chốn lao lung, vận nước hạ hồi gánh xiếc.
Góp gom tài sản, vẹt lối sậy hoang;
Thu vén tư trang, cưỡi cồn sóng biếc.
Bàng hoàng dây thừng trói khuỷu, định mệnh oái ăm;
Bỡ ngỡ họng súng kê đầu, số phần chết tiệt.
Bại sản tan gia;
Cùng đường khánh kiệt.
Phận ngựa trâu lại phận ngựa trâu;
Thân khốn kiếp hoàn thân khốn kiếp.

Đã những khi:
Này nơi thị tứ xích lô xe kéo: quại dạ dầy;
Nọ chốn sơn lâm thồ củi đốt than: quần sốt rét.
Đào vàng đãi đá rúc tận non xanh;
Ngậm ngải tìm trầm chui luồn rừng biếc.
Vai vác chai sần "cuốc xẻng – xà beng";
Tay bươi rời rã "xẹc lai – xà gạc".

Manh áo vợ, nhuộm lẫn mồ hôi;
Bát cơm con, hòa chung nước mắt.
Muốn quăng thân xuống giếng hòng kết liễu đời;
Toan đập sọ vào tường cho rồi tai kiếp.

Nhưng có lúc:
Ngày tỏ nhớ trang cổ sử: Hàn Tín, Tử Nha;
Đêm trăng lầm giở Thánh Kinh: ông Rô, ông Gióp.
Ngửa mặt tâm sự Cao Xanh;
Cúi đầu tỉ tê đất thấp.
Ngọn bút cùn còn vung vẩy bài thơ;
Tàu mực cạn cố mài ra sắc huyết.

Rồi đến ngày:
Then tạo hóa chuyển xã tắc qua hồi;
Máy càn khôn quay sơn hà đến hiệp.
Rời núi rừng xôi hỏng bỏng không;
Về thị tứ xang bang xất bất.
Nhà đèn nhà điện - mỏ lết kềm răng;
Phu gạch phó nề - cái bay cái thước.
Giăng giăng điện đóm, thiên hạ sáng lòa;
Mò mẫm đèn dầu, nhà ta tối mịt.

Thế nên:
Thương con vợ khéo - kiếp nữ nhi chẳng đỗ bến trong;
Chán thằng chồng đần – thân bồ liễu nhẽ neo vũng đục.
Hoa nhài cắm bãi cứt trâu;
Mâm son bày chiêng đũa mốc.
Giận cá băm thớt, chửi loạn cào cào;
Quăng chó mắng mèo, hung hăng bọ xít.

Ngoài ngõ lời ong tiếng ve;
Trong nhà ra chì vào chiết.

Thôi thôi:
Ngậm miệng giả ngọng giả câm;
Bịt tai hòng ngây hòng điếc.
Gậy tầm vông hèo đứa viển vông;
Dây nghiệt ngã trói thằng oan nghiệt.
Vay làn hương bằng hữu thơm râu;
Mượn danh giá bạn bè ngọt mép.
Nấp vây rồng vỗ ngực xưng tên;
Dựa râu cọp ra oai ra phết.
Sắp đến ngày sinh tử cận kề;
Gần đến lúc âm dương cách biệt.
Thân ta ta hay;
Đời mỗ mỗ biết.
Tợp ngụm hèm xấp giọng, cung văn đây tớ tự điếu mình;
Nốc bát rượu lấy hơi, lời tế mỗ chiềng ra cho hết.
Bông rua!
Tạm biệt.

**Bùi Nghiệp – Bóng Tà Dương**.

## VĂN TẾ THI HỮU BÓNG TÀ DƯƠNG

Man mác khôn nguôi;
Bàng hoàng khôn xiết.
Dẫu biết tuổi BÓNG TÀ;
Nhưng sao anh BÙI NGHIỆP…
Lại đột ngột sinh tử phân ly;
Nỡ vội vàng âm dương cách biệt.
Hồn anh nhẹ tiêu dao;
Lòng tôi buồn da diết…

Nhớ linh xưa:
Đất văn chương Nam Định – Tân Mão niên, khai lòng mẹ nhập thế, lời khóc định minh;
Thành quần hội Gia Định- Canh Tý kỷ, vâng tiếng Chúa quy thiên, môi cười mãn nguyện.
Lúc nước chia, rời bỏ Thành Nam đời lưu lạc, còn ẵm ngửa đành cam phận di dân;
Ngày quốc hận, định cư sông Cửu chí làm trai, quyết tu học mong nối hàng anh kiệt.
Thời xã tắc điêu linh, đã tình nguyện bảo quốc, rèn tay súng tỏ chí nam nhi;
Thuở sơn hà khói lửa, tròn trách nhiệm vệ dân, xếp bút nghiên theo đời binh nghiệp.

Rõ bậc tài hoa:
Món thi họa tinh thông;
Thú cầm kỳ điêu luyện.
Bức truyền thần thả bút, người trong tranh sinh động thần hồn;

Hình phong cảnh phối màu, địa lồng thiên diễm huyền phong nguyệt.
Gậy nhạc trưởng, năm mười ngón điều khiển huyền siêu;
Khúc phối âm, ba bốn bè hòa ngân trác tuyệt.
Phú thi cười muôn sự, mỗi tiết âm bày nỗi bể dâu;
Văn tế điếu bao người, từng câu chữ khơi dòng lệ huyết.

Thế mà:
Gặp khi nước mất, nòng nọc đứt đuôi;
Phải cảnh nhà tan, dưa đen lộn kiếp. (*)
Sở học vứt đi;
Tài năng quăng hết.
Nhờ cuộc thi thơ đạo, duyên hữu duyên ta nên cánh chim bằng;
Bởi ý thích tầm chương, diện đối diện ta thành đôi bạn thiết.
Không mầm gốc rễ, mà số phần nhiều sự hai kẻ giống in;
Chẳng cuống dây dưa, sao sở thích lắm điều đôi đằng y hệt.
Kẻ một thuở rúc sơn lâm, thồ cây đốn củi, đà ngỡ kiếp chôn trong cảnh khốn cùng;
Người cũng thời luồn cùng cốc, đào trầm đốt than, những tưởng đời vùi giữa vòng oan nghiệt.
Anh xích lô – ba gác, từng nước mắt trào sôi;
Tôi cuốc xẻng – xà beng, cũng mồ hôi vắt kiệt.
Huynh kiếm cơm áo bằng nghiệp phó đèn;
Đệ tìm ngô cháo chính nghề thợ điện.
Trước tuổi thằng đã tóc hoa;
Chưa già đứa đà râu biếc.
Người giỏi phú, nỗi suy tư náu áng văn chương;

Kẻ ham thơ, bầu tâm sự gửi hồn hàn mặc.
Chẳng dám sánh tợ rồng hội mây;
Mà sao thể như tôm gặp tép?
Luận thi phú thỏa lòng như thể uống sương mai;
Bàn văn chương ngọt lưỡi còn hơn say rượu nếp.
Thả làn khói, bao tâm sự tràn trải bài văn;
Cạn ly cay, những nỗi niềm in sâu đáy mắt.

Rồi một ngày:
Bài "VĂN TẾ MỖ", tay trao tay mắt nháy đuôi mày;
Khúc "ai điếu mình", anh gửi tôi môi cười nhếch mép. (1)
Phải chăng tự giễu, khi sức còn khỏe như vâm;
Rõ thật tự trào, vì đời vẫn vui hơn tết.

Anh bảo chẳng đùa:
Ậy ... Thân ta ta hay;
Ậy...Đời mỗ mỗ biết. (*)
Dao sắc nào gọt được chuôi;
Mai này ai khóc cho Nghiệp!
Hoa tàn đời thương xót ngợi ca, rồi lúc mùa thay sắc, vẫn còn kẻ cảm ngâm;
Người đi ta ngậm ngùi văn tế, chạnh khi mỗ xuôi tay, nào có ai thương viết.
Nỗi tâm sự thấu lòng;
Lời tỉ tê gan mật.
Và tôi thề, biển ngẫu sôi kinh;
Nếu ai trước, tri âm chấp viết. (2)

Ngờ đâu
Anh nhẹ gót theo mây;

Tin thắt lòng hơn sét.
Thư chúng mình trao đổi, lời còn ấm còn nồng;
Sách hai đứa định in, bài dở xem dở duyệt.
Hồn tri kỷ, thôi đã viễn xa;
Bóng tri âm, rày đây vĩnh biệt.
Khúc "tự điếu mình cũ, trước mỗi câu mỗi đoạn vui ngâm thấy dạ tưng tửng vậy thôi;
Bài "VĂN TẾ MỖ" xưa, giờ từng chữ từng lời nhẩm đọc nghe hồn quặn đau khôn xiết.
Tâm thất này tưởng ngưng;
Nửa hồn tôi như chết.

Hôm nay:
Âm cự giáp nhật thiên du;
Dương hồi tròn ngày tất khốc.
Đẫm lệ lòng, châm nến lửa, một khúc nôi thương tiếc muôn vàn;
Gìn lời hứa, thắp nén hương, vần ai điếu kính dâng tha thiết.
Cõi trời mây người thỏa bước, thôi vướng bận bụi hồng;
Nơi dương thế tôi thắt lòng, mãi nhớ thương Bùi Nghiệp.
Nguyện chúc anh miên viễn phúc Thiên đàng;
Hẹn gặp nhau hợp quần duyên nghĩa thiết.
Chúc hồn anh tiêu dao;
Mà Lòng tôi đau buốt.
Kính văn;
Bái biệt .
CAO BỒI GIÀ (Vũ Quang Huy)

Ghi Chú:

(*): chữ in nghiêng là những lời trích từ bài Văn Tế Mỗ của anh Bùi Nghiệp (Bóng Tà Dương)

(1): Ngay khi còn khỏe, anh Bùi Nghiệp đã tự viết bài "văn Tế Mỗ" để điếu chính mình, rồi trao bài văn tế đó cho Cao Bồi Già và tâm sự rằng: "Tớ đã viết văn tế cho biết bao bằng hữu, người thân, nhưng chắc khi tớ về cõi xa xăm , thì chẳng có ai viết cho mình.

(2): Thế là Cao Bồi Già đã quyết theo học viết Phú, theo thể loại biền ngẫu từ sư phụ Bùi Nghiệp và cả hai đã hứa với nhau rằng: Ai đi sau, thì sẽ viết văn tế cho người đi trước. Hôm nay Cao Bồi Già xin giữ lời chắp bút khóc người bạn thiết Bóng Tà Dương.

# LỜI PHI LỘ

Nhân sinh bách nghệ, câu thành ngữ chữ Nho đã trở thành ngôn từ thông dụng bình dân trong cả nước. Không ai phủ nhận, trước và sau đã có hàng ngàn ngành nghề phục vụ nhu cầu sống quần thể tạo thành xã hội, kẻ làm cơm ăn duy trì đời sống trường tồn, người tạo áo mặc nhu cầu phát triển tiến hóa văn minh, và bao ngành nghề tiếp nối, đưa con người trở thành động vật có trí khôn độc nhất vô nhị khắp vũ hoàn, làm bá chủ muôn loài trên trái đất.

Người xưa đề cập đến sĩ nông công thương, bốn giới tượng trưng trong giai tầng xã hội, bốn bậc chính đã phát triển ra bao loại ngành nghề khác nhau, mà mỗi nghề đều có kỹ thuật tinh xảo riêng, người không yêu lao động làm sao có thể lao tâm khổ trí, miệt mài tìm hiểu sâu xa, tạo ra của cải chính mình và làm giầu đất nước.

Có những nghề nòng cốt thiết yếu không thể không có, bắt buộc hiện diện để sinh tồn, có những nghề phục vụ nhu cầu hạnh phúc ấm no phát triển xã hội, lại có những nghề tự phát cá nhân biến thiên do tiền bạc chi phối. Cả một guồng lớn hoạt động kéo theo nhiều chi tiết phụ tùng rắc rối…

Tập thơ 360 bài do Bóng Tà Dương và Cao Bồi Già đồng sáng tác, theo thể Đường Luật loại thất ngôn bát cú (TNBC), gói ghém ghi lại từng ngành nghề gởi đến độc giả. Về hình thức, đọc để thưởng lãm một áng thơ tưởng chừng như mai một, ít người cầm bút còn quan tâm, ước mong làm sống lại một tinh hoa ngôn ngữ. Về nội dung gói ghém từng ngành nghề đã và đang tồn tại trong xã hội, ca ngợi khối óc bàn tay con người miệt mài lao động, tạo nên bao nhu cầu hạnh phúc nhân sinh, cảm ơn giúp đỡ nhau đồng hành trên cõi đời mỗi người mỗi việc...

Tập sách có giới hạn không đủ kê khai hết, chỉ trình bày một số ngành nghề tiêu biểu, tác giả đã kinh qua và cảm hứng, nên dĩ nhiên còn thiếu, rất hy vọng người đọc thư giãn cảm thông cổ xúy, để chúng tôi phấn khởi tiếp tục sáng tác trong lần tới.

*Bóng Tà Dương và Cao Bồi Già*

**Thưa quý độc giả!**

Quý Vị đang cầm trên tay tập thơ này. Toàn bộ gồm 360 bài thơ Đường thể loại Thất Ngôn Bát Cú, thế nên chúng tôi xin mạo muội trình bày sơ qua quy tắc hình thức cấu tạo, giúp ta đọc để thưởng thức trọn vẹn cái hay và thú vị của một thể thơ đã tồn tại cả ngàn năm.

ĐÔI NÉT VỀ THẤT NGÔN BÁT CÚ

Thất Ngôn Bát Cú là thể thơ khá độc đáo và được yêu chuộng nhất trong các thể loại thơ Đường.

## A. TỔNG QUÁT

I. BỐ CỤC:

Một bài thơ Thất Ngôn Bát Cú gồm 8 câu, mỗi câu 7 chữ được chia ra làm 4 phần:

1/ Mạo: là mào đầu (vào bài) còn gọi là Đề, gồm:

- Phá đề (câu 1) nghĩa là mở ra, giới thiệu tựa đề.
- Thừa đề (câu 2) nghĩa là chuyển xuống.

2/ Thực hay Trạng: gồm câu 3 + 4: giải thích, khai triển tựa đề.

3/ Luận: gồm câu 5+6: bàn luận ý nghĩa của bài.

4/ Kết: gồm câu 7+8: tóm tắt ý nghĩa, bày tỏ tình cảm, thái độ.

II. VẬN:

Các chữ cuối câu thứ 1, 2, 4, 6, 8 phải vần với nhau.

## III. ĐỐI:

Đây là điều thú vị và khó nhất của thể thất ngôn bát cú.

Hai câu Thực và Luận phải đối nhau (câu 3 đối với câu 4; câu 5 phải đối với câu 6).

Quy tắc đối:

- Đối ý: đồng hoặc nghịch nghĩa.
- Đối từ: danh từ đối danh từ; động từ đối với động từ; tính từ đối với tính từ…
- Đối hình; đối thanh.

Nhưng không chỉ có thế. Thất Ngôn Bát Cú còn rất nhiều Niêm Luật khắt khe và chặt chẽ. Nếu bạn yêu và muốn làm thơ thể loại này, thì mời tìm hiểu sâu hơn:

## B. NIÊM LUẬT

### I. KHÁI NIỆM:

Thanh âm Việt ngữ chia thành 2 loại vần: TRẮC và BẰNG.

- Vần bằng: là các từ mang dấu huyền và không dấu.
- Vần trắc: là các từ mang dấu sắc, hỏi, ngã, nặng.
- Vần của bài: Trong TNBC mỗi câu có 7 chữ. Căn cứ vào chữ thứ hai của câu đầu tiên mang vần nào, thì chính là khóa vần của bài.

### II. NIÊM:

Niêm có nghĩa là dán.

- Câu 1 phải niêm với câu 8, có nghĩa là nếu câu 1 có vần của câu là bằng thì vần của câu 8 cũng phải là bằng; ngược lại nếu là trắc thì đều phải là trắc.
- Câu 2 niêm với câu 3
- Câu 4 niêm với câu 5
- Câu 6 niêm với câu 7

Nếu một bài thơ mà không giữ đúng luật này thì gọi là Thất Niêm.

## III. LUẬT VẦN:

Trong một bài thơ Thất Ngôn Bát Cú mỗi từ đều phải tuân theo luật vần đã được qui định bắt buộc.

Có 2 bộ Luật Vần: BẰNG và TRẮC căn cứ vào vần của câu đầu bài thơ

Nay liệt kê các luật thơ thông dụng như sau (b = tiếng bằng; t = tiếng trắc; v - tiếng vần; - những chữ in lối nghiêng là phải theo đúng luật; những chữ in thường thì theo đúng luật hoặc không theo đúng luật cũng được, (theo cái lệ 'bất luận'):

1). LUẬT BẰNG - VẦN BẰNG:

B B t T t B B (v)
T T b B t T B (v)
T T b B b T T
B B t T t B B (v)
B B t T b B T
T T b B t T B (v)
T T b B b T T
B B t T t B B (v)

## 2). LUẬT BẰNG - VẦN TRẮC:

t T b B t T B (v)
b B t T t B B (v)
b B t T b B T
t T b B t T B (v)
t T b B b T T
b B t T t B B (v)
b B t T b B T
t T b B t T B (v)

Nếu chữ nào quy định là bằng mà lại đặt là trắc, hay quy định là trắc mà lại đặt là bằng thì gọi là Thất Luật.

Tuy nhiên ta có thể áp dụng nguyên tắc: "Nhất, tam, ngũ bất luận" tức là chữ thứ nhất, thứ ba, thứ năm của mỗi câu có thể tự do miễn là không tạo lỗi khi ngâm đọc.

## IV. LUẬT VẬN:

Như đã nói ở phần TỔNG QUÁT, các chữ cuối các câu 1, 2, 4, 6, 8 phải vần với nhau.

- Chính vận: các vần có cùng âm sắc liền nhau (nhà, xa, gà, hoa, ta…)
- Thông vận: các vần có âm sắc gần nhau (đời, ôi, soi, người, tôi…)

Nếu bài thơ không giữ được điều này thì gọi là Thất Vận.

## V. LUẬT ĐỐI:

Như đã nói ở phần TỔNG QUÁT: 2 câu Thực là cặp câu đối; 2 câu Luận cũng vậy.

Đối phải đối ý, đối từ, đối thanh, đối hình, đối láy,

đối điệp...

Nếu bài thơ đối không chuẩn thì gọi là Thất Đối, đây là bệnh nặng nhất của TNBC.

## VI. MỘT SỐ LUẬT KHÁC:

### 1. TIẾT NHỊP:

Một câu thường được ngắt nhịp như sau: 2-2-3
Nếu viết không theo luật này thì bài thơ sẽ hỏng khi ngâm đọc.

### 2. HẠC TẤT, PHONG YÊU:

Có nghĩa là Gối Hạc, Lưng Ong
Lỗi Hạc tất khi chữ thứ 4 trong một câu cùng dấu với chữ thứ 7 câu đó.

Lỗi Phong Yêu khi chữ thứ 2 cùng dấu với chữ thứ 7 câu đó.

Tuy nhiên đây được xem như bệnh ngoài da, có thể châm chước, trừ một số trường hợp đọc lên không ổn thì hỏng bài thơ.

### 3. KHỔ ĐỘC:

Trong bài thất ngôn, chữ thứ 3 các câu chẵn và chữ thứ 5 các câu lẻ, đáng là bằng mà đổi ra trắc gọi là khổ độc (nghĩa là khó đọc).

Đôi nét sơ lược nêu trên tuy rằng hạn hẹp nhưng mong rằng Quý Vị có những giờ phút tâm đắc với tập thơ NHÂN SINH BÁCH NGHỆ bé nhỏ này.

## KHAI TRƯƠNG BÁCH NGHỆ

*Thuận:*
Vào đi hãy mở cửa chuyên nghề
Nghiệp tổ theo làm cứ mải mê
Cao lãi hưởng nhiều công phố chợ
Bộn lời thu lắm việc làng quê
Lao lòng những buổi nhiều lo nghĩ
Khổ trí hằng đêm mỗi tính suy
Giầu phú phải tay cao chí lớn
Đâu đâu sợ khó việc nào nề

*Nghịch:*
Nề nào việc khó sợ đâu đâu
Lớn chí cao tay phải phú giầu
Suy tính mỗi đêm hằng trí khổ
Nghĩ lo nhiều buổi những lòng lao
Quê làng việc lắm thu lời bộn
Chợ phố công nhiều hưởng lãi cao!
Mê mải cứ làm theo tổ nghiệp
Nghề chuyên cửa mở hãy đi vào!

*Bóng Tà Dương*

## PHÓ CẠO

Ngứa ngáy vào đây chớ ngại ngần
Kéo dao mỗ sửa chẳng bần thần
Đáo lai tận thị đàn quan khách
Thứ khứ ưng vô tạo thủ nhân (*)
Tóc rậm đừng lo này vững bụng
Râu dầy chớ ngại cứ an tâm
Dùng dằng chi để mang đầu xụ
Một nhoáng là thành bậc khách tân

*Bóng Tà Dương*

(*) Đến đây đều là khách bỏ mũ, khi ra chắc không người gãi đầu - câu đối của Đổng Bang Đạt đời Thanh).


## LỮ QUÁN

Màn trời đã ngả bóng tà dương
Xin ghé vào đây nghỉ dặm trường
Cô tửu khách lai phong diệc túy
Mại hoa nhân khứ lộ hoàn hương (*)
Chủ nhân vồn vã mời cơm nước
Tiểu nhị lăng xăng dọn chiếu giường
Rũ bụi phong trần ngơi giấc điệp
Ngày mai thượng lộ tiếp con đường

*Bóng Tà Dương*

(*) Mua rượu khách đến gió cùng say, bán hoa người đi đường còn thơm.

## CÔ HÀNG VỊT LỘN

Cô em mũm mĩm mắt xinh tươi
Đon đả thanh thanh ngọt giọng mời
Một trứng ấp mề bầy nóng hổi
Vài ly cuốc lủi tiếp đầy vơi
Chân mày "tiêu muối" đưa duyên liếc
Đươi mắt "lá dăm" khẽ khéo cười
Một chén, một bôi, thêm... hột nữa
Men ngà đã ngấm, khó lòng thơi!

*Cao Bồi Già*


## CÔ HÀNG MÃ

Nhìn cô em thế chứ mà sang
Buôn bán liền tay cả đống vàng
Gắn máy tay ga kê một dẫy
Ô tô mắt hếch đỗ dăm hàng
Vila thoáng rộng thừa phương mát
Nhà phố tân kỳ đủ kiểu sang
Còn khoản đô la thì khỏi nói
Cộng dăm tỷ phú chửa so bằng

*Cao Bồi Già*

## NGHỆ NHÂN THỔI SÁO

Sáo trúc nhẹ rung tiếng vút vu
Ru hồn phiêu lãng với trăng thu
Mạc tương bất khí bình quân tử
Năng giải hư tâm thị ngã sư (*)
Réo rắt cung thương hòa bách tính
Trầm hùng vũ chủy vọng thiên thư
Hồn xưa thấp thoáng vào âm tấu
Có phải Trương Chi cõi tịch mù

*Bóng Tà Dương*

(*) Đừng bàn quân tử không trọng dụng, hiểu được hư tâm là thầy ta.


## CỬA HÀNG NHUỘM

Năm dài tháng rộng cả đời ta
Y phục còn phai huống nữa là...
Thiên hạ thanh hoàng giai ngã thủ
Triều trung chu tử tại ngô gia (*)
Phân vân tái xám bừng xinh xắn
Ủ rũ sồng nâu thoắt mặn mà
Cận mực thời đen xưa nay thế
Gần đèn lại sáng rõ rành a!

*Bóng Tà Dương*

(*) Xanh vàng thiên hạ đều tay tớ, đỏ tía triều đình bởi của ta (câu đối của vua Lê Thánh Tông).

**ANH HÀNG DAO DẠO**

Râu hùm, mắt ốc, nặng lưng bao
Tay múa chiêu quyền, sáng lưỡi dao
Lớn tiếng mọc mời người bước vãng
Nặng lời hấm hứ kẻ xem bâu
Băm băm khí rít ghê ghê quá
Chặt chặt phong vèo khiếp khiếp sao
Giữa chợ mặc nhiên như bãi trống
Khách mua cũng đáng mặt anh hào!

*Cao Bồi Già*


**ÔNG PHÓ HÚI**

Lược lùa, kéo bấm, khách luôn đông
Khéo léo làm tươm mái tóc bồng
Nắm cổ dân đen phay cụt tóc
Vò đầu sếp lớn cạo trơn lông
Oang oang tán gẫu, người say chuyện
Bình bịch xoa lưng, khách thỏa lòng
Dở cụ loe hoe đầu mấy cọng
Thế mà dăm tháng phải... thăm ông.

*Cao Bồi Già*

## TỬU ĐIẾM

Quá bộ mời vào chốn ẩm lâu
Dăm chung tiêu khiển nỗi cơ cầu
Khuyến quân cánh tận duy bôi tửu (*)
Dữ nhĩ đồng tiêu vạn cổ sầu (**)
Trút nỗi hàn huyên người bãi bể
Chia niềm tâm sự khách ngàn dâu
Men nồng chếnh choáng xua u uẩn
Gác lại ưu phiền nhẹ nỗi đau

*Bóng Tà Dương*

(*) Khuyên anh cạn thêm một chén rượu (Thơ Vương Duy trong bài Vị Thành Khúc)
(**) Cùng người tiêu mối sầu vạn cổ (Thơ Lý Bạch trong bài Trương Tiến Tửu)

## CỬA HÀNG Y PHỤC

Cân đai y phục đủ trăm phần
Lịch sự thời trang áo với quần
Nhân thụ đông hàm phi ngã nguyện
Thế giai ôn noãn thị dư tâm (*)
Người xinh bởi mặc vào tơ lụa
Lúa tốt do cần vụ nước - phân
Khéo léo sửa sang tôn dáng vẻ
Người sinh ra của chớ keo bần

*Bóng Tà Dương*

(*) Người rét mùa đông không phải điều ta muốn, đời đều ấm áp là do lòng ta mong.

## ANH XE ÔM

Mưa nắng dãi dầu suốt sớm hôm
Bám càng ngựa sắt, nghiệp mài trôn
Rước em nho nhỏ tan trường học
Chở chị sồn sồn đến chợ buôn
Được bữa lắm tài lòng bớt nhọc
Gặp ngày vắng khách dạ tươm buồn
Thất thường thu nhập đời luôn khó
Cứ mãi è thân, kẻ kẻ... ôm!

*Cao Bồi Già*



## THỢ ĐÀO GIẾNG

Đào giếng ai cần cứ gọi mau
Thợ chuyên đáp ứng gọn nhu cầu
Dò nơi nước ngọt thanh thanh khiết
Khoét đất ô tròn hoắm hoắm sâu
Cơ bắp cuộn hằn như lực sĩ
Xà beng phập chắc tựa kim khâu
Thạch Sanh phá thổ tầm hang ngọc
Tưới mát cho đời, thỏa khát khao!

*Cao Bồi Già*

## ĐÀN BẦU

Theo gió đàn ai trỗi dặt dìu
Độc huyền âm vọng thoảng cô liêu
Phong tiền xuy xuất thanh thanh mạn
Nguyệt hạ hành lai bộ bộ kiều (*)
Gió ngẩn ngơ vờn bay quyến luyến
Mây thờ thẩn tụ quyện phiêu diêu
Hằng Nga cung Quảng rèm xao động
Ngó xuống nhân trần nhớ hắt hiu

*Bóng Tà Dương*

*(\*) Trước gió tung ra từng tiếng chậm, dưới trăng bước từng bước yêu kiều (câu đối của Tô Thức và Tô Tiểu Muội đời Tống).*


## PHẠT MỘC DỰNG NHÀ

Kìa ông phó cả thạo tay nghề
Chỉ đạo công trình thật hết chê!
Chính chính cầm dây căn dọi thước
Đường đường nảy mực vạch ê ke
Cu ly khiêng vác đâu vào đó
Phường thợ bào cưa nếp với nề
Việc lớn việc xoàng xong tắp lự
Ồ này nhà mới ngắm càng mê

*Bóng Tà Dương*

## LUẬT SƯ

Tranh cãi ai bì lưỡi luật sư
Mọi điều, mọi khoản bụng nhai nhừ
Ra tòa phản bác bao lời luận
Bênh khách moi ra đủ lý trừ
Nhẹ án nhiều ca do đúng lẽ
Nặng hình lắm vụ bởi sai từ
Thiên bình dẫu chuẩn đôi khi lệch (*)
Cân nhắc vô cùng trước án thư

*Cao Bồi Già*

(*) Cân Thiên bình.

## CÔ THÂU NGÂN

Cô nàng chăm chỉ đến thương thay
Chẳng quản phòng thâu nóng đốt hây
Tiền bạc đếm thu nhanh tựa máy
Hóa đơn ký lập tốc như bay
Ôm khư két sắt ròng luôn khắc
Bám trụ ghi sê suốt cả ngày
Nắm đống tiền to tâm nhắc nhớ
Nộp sang tay chủ mới yên… mày!

*Cao Bồi Già*

## THỢ XẺ

Kéo cưa lừa xẻ nhịp nhàng thay
Thợ gỗ đòng đưa việc suốt ngày
Ngực ưỡn lưng khòm vung vẩy miết
Trôn mài cật lắc nhịp nhàng day
Vuông thành mịn lõi từng phân ván
Sắc cạnh trơn bìa mỗi tấc cây
Nhất nghệ tinh thông bằng bá nghệ
Cần cù linh hoạt bởi đôi tay

*Bóng Tà Dương*


## THỢ CHẠM KHẮC

Bác thợ chạm làm thật rõ hay
Tạo ra vật dụng để trưng bày
Đường bào xoen xoét luôn chăm chỉ
Tiếng đục lanh canh mãi miệt mài
Sắc nét điểm tô đây có một
Hoa hòe chấm phá thật không hai
Tài năng đâu phải do thiên phú
Còn bởi chuyên cần khổ luyện tay

*Bóng Tà Dương*

**ÔNG TỪ**

Sân đền chậm rãi bước lừ đừ
Ai khác vào đây vị thủ từ
Buổi buổi khói hương vui tượng thánh
Ngày ngày chăm bóng sáng dàn lư
Nghiêm trang đón khách thăm nơi tế
Đĩnh đạc mời người viếng cõi tu
Con trẻ nhìn ông dưng phách hãi
Tay mồm vốn quậy giữ êm ru

*Cao Bồi Già*



**THẦY BÓI**

Cặp kính đen thui rõ tướng thầy
Hỏi giờ sinh đẻ bói nhanh ngay
Hỏa kim, thổ mộc lâm râm miệng
Tỵ ngọ, mùi thân bấm đếm tay
Đây hạn đã qua mau đáp lễ
Này duyên chưa đến cứ trông ngày
Đúng thì trả thánh nhiều lên nhé
Chưa ứng đừng buồn đợi… mốt mai!

*Cao Bồi Già*

## THẦY ĐỒ

Thầy đồ quanh quẩn lũy tre xanh
Nghiên bút bày ra dưới mái tranh
Câu chữ ê a dăm đệ tử
Văn bài ra rả mấy thằng ranh
Ba giềng cương lĩnh nên tôn trọng
Năm mối thường luân phải tựu thành
Mắt nhắm đâu nhìn ra thế giới
Ngủ hoài chửa tỉnh mộng công khanh

*Bóng Tà Dương*


## HỌC TRÒ

Xếp đứng hạng ba đám học trò
Sách đèn mài miệt thuở còn thơ
Chân trần lóc chóc tay ti toáy
Quần thủng te tua mũi thập thò
Kiệt xuất che mình trong xã tắc
Tài năng ẩn tướng giữa cơ đồ
Mốt mai rộ sáng sao kỳ diệu
Giềng mối non sông vạn họ nhờ

*Bóng Tà Dương*

## KỊCH SĨ

Kìa nàng kịch sĩ đáng yêu sao
Nhân vật vào vai đủ sắc màu
Vóc dáng đứng ngồi luôn hợp cảnh
Đài từ lên xuống rõ thanh tao
Bỗng cười cảnh hí: bao người rộn
Chợt khóc sen buồn: lắm kẻ nao (*)
Sân khấu diễn tuồng y hệt thật
Hằng đêm tiền khách tự tuôn ào!

*Cao Bồi Già*

(*) sen (sence: cảnh)

## DIỄN VIÊN XIẾC

Can đảm ngày ngày chẳng sợ eo
Lưu du diễn xiếc dẫu lương bèo
Mình quăng trong gió không thua vượn
Chân bước trên dây chẳng khác mèo
Lắm bận làm người tim óc đứng
Nhiều phen khiến trẻ dạ gan teo
Hiểm nguy rình rập từng thao tác
Đã chọn cùng rèn quyết chí theo

*Cao Bồi Già*

## NHÀ VĂN

So sánh làm gì nghệ viết văn
Bậc thầy ngôn ngữ biết hay chăng
Tâm suy thước ngọc đo tà chính
Khẩu tụng khuôn vàng đếm giả chân
Xã hội bao điều cao với thấp
Nhân tình lắm nỗi dọc cùng ngang
Công tâm làm trọng đừng thiên lệch
Ngòi bút cong oằn thật rõ lang.

*Bóng Tà Dương*


## THI SĨ

Gạn lắng câu từ lọc chất thơ
Con tằm kéo kén nhả làn tơ
Tinh hoa ngôn ngữ tươi vô kể
Cốt tủy văn chương đẹp bất ngờ
Tâm sự cùng mây lời trí tưởng
Thầm thì với gió tiếng lòng mơ
Ngân nga âm hưởng rung thần thánh
Trao tặng nhân gian chút sững sờ.

*Bóng Tà Dương*

## M.C.

Một người dẫn dắt cả chương trình
Cần chuẩn thanh âm lẫn vóc hình
Lưu loát nói năng luôn sáng suốt
Tự nhiên điệu bộ phải thông minh
Vô duyên, khách dự lời phê phán
Vô ý, người nghe tiếng bất bình
Chẳng dễ đâu nghề đang hót đấy
Muốn làm phải luyện "võ" cho tinh.

*Cao Bồi Già*


## NHA SĨ

Ê buốt hàm khi nếm lạnh, chua
Nghề Tui chuyên trị thật là xuya
Ai sâu trám trét xinh y trước
Khách sún điền trồng đẹp giống xưa
Hết nhức hết đau êm ngủ sướng
Lại ăn lại nói khỏe vui đùa
Đường hoàng "làm giả" nào ai cấm!
Quyền ấy riêng đây hợp lẽ thừa.

*Cao Bồi Già*

## NHẠC SĨ

Vi vu trong gió tiếng tơ chùng
Trầm bổng giao hòa thức ngũ cung
Phách nhạc mưa rơi tuôn thổn thức
Nhịp âm thác đổ dậy hào hùng
Khoan thai đón bạn chèo xuôi mái
Dồn dập ngăn thù kiếm tuốt vung
Dệt khúc tâm tình cho đất nước
Hồn xưa sống lại ngộ tương phùng

*Bóng Tà Dương*

## CA SĨ

Tiếng hát ngân vang chốn hý trường
Ngọt ngào thanh quản trổi du dương
Nhân trau chất giọng hay khôn sánh
Thiên bẩm làn hơi dịu khó lường
Lá phổi nồng nàn trào giốc chủy
Bờ tim ấm áp trổi cung thương
Chim trời ngưng hót nghe say đắm
Gió tắt mây ngừng lặng vấn vương

*Bóng Tà Dương*

## CÔ HÀNG XÔI

Bún, phở giá kiêu, nhịn cả rồi
Lót lòng, mỗi sáng kiếm cô thôi
Năm đồng cũ mướp, màu loang phế
Một gói thơm bùi, nóng bốc hơi
Nắng ửng má đào, hồng tựa gấc
Lời chào giọng ngọt, dẻo hơn xôi
Món nghèo, cô khéo chiều bao khách
Lạc, gấc, vò đây… đủ góc nồi!

*Cao Bồi Già*


## CÔ HÀNG SÁCH

Mắt sáng tròn to, đón khách hàng
Nụ cười e ấp, giọng thanh thanh
Chuyên san tạp chủng duyên duyên luận
Tiểu thuyết đa môn, khéo khéo bàn
Chữ nghĩa, xóc "kho" nan kẻ địch
Văn chương, so "vốn", dễ ai bằng
Vài lần quen lại, chân đâm… nhớ
Lục lạo thơ văn… tậu giúp nàng

*Cao Bồi Già*

## PHIÊN TÒA

Phù điêu tòa án chiếc thiên bình (*)
Biểu tượng công bằng chẳng trọng khinh
Thẩm phán hỏi cung từng khúc mắc
Trạng sư bào chữa thật ngay tình
Tội khiên xiết lại đồng quy phạt
Oan khuất lần ra thoát án hình
Bồi thẩm một đoàn vào nghị sự
Kết truyền chánh án xử phân minh

*Bóng Tà Dương*

(*) Thiên bình: một loại cân biểu tượng công lý.

## THẦY LANG

Cứu nhân độ thế việc thầy lang
Họa phước trùng trùng khắp thế gian
Bắt mạch kỹ càng từng huyệt đạo
Kê đơn tỉ mỉ thấu lòng gan
Lãnh - hàn - nhiệt - hỏa đừng lo lắng
Bón - kiết - ôn - băng chớ ngại ngần
Hải Thượng Lãn Ông nay tái hiện
Giúp đời đâu xá chuyện tài ngân

*Bóng Tà Dương*

**BƠM GA - MỰC**

Báu hiếm một thời cái quẹt ga
Bút bi cũng quý chẳng thua à!
Bánh xe mở nắp nhồi nhiên liệu
Ruột viết thông nòng, phụt mực ma
Lửa lại xập xòe bừng tựa pháo
Chữ thì lả lướt đẹp như hoa
Một thùng gỗ nhỏ rong trên phố
Giúp khách nơi nơi tiết kiệm là!

Cao Bồi Già


**ĐÁNH BÓNG**

Cận Tết mỗ làm bắt hụt hơi
Đèn, lư ai cũng muốn ngời ngời
Khẩu trang bịt mõm hoài không mở
Mắt kính che ngươi miết chẳng rời
Máy chạy vù vù, than xám bốc
Tay mài lạng lạng, ánh vàng soi
Cả nhôm, i nốc đều kiêm hết
Thích bóng thì mời vác đến tôi

*Cao Bồi Già*

## MỤ ĐỠ

Rước bà mụ gấp chớ chần chờ
Thai phụ quần đau đã mệt phờ
Nước sạch đun kìa đang đợi tắm
Than hồng quạt đấy sẵn sàng hơ
Một hai hãy rặn theo từng nhịp
Ba bốn đừng gồng để giãn cơ
Chợt tiếng oe oe ồ cậu tí!
Khà khà bố nó bụng nằm mơ.

*Bóng Tà Dương*


## SƯ CỤ

Sư cụ trong chùa chống gậy ra
Mắt nhìn xuống núi nẻo phù hoa
Thất tình lớp lớp đầy ngang trái
Lục dục trùng trùng cứ ngã sa
Đồ tể buông dao là hướng Phật
Đao phu bỏ kiếm tức Di Đà
Tử sinh là áng mây bay thoảng
Đời đã hoàng hôn phải đến nhà

*Bóng Tà Dương*

## KHÓC MƯỚN

Sẵn sàng đáp ứng đám ma chay
Ai rước thì xin ướt mắt ngay
Kẻ viếng nhập gia, ròng lệ đẫm
Người thăm lui gót, thảm lời nhay
Thịt xôi ấm dạ gào thông buổi
Trà rượu hà hơi diễn cả ngày
Nhà hiếu đơn côi thì… cứ gọi
Nhiệt tình bọn mỗ khóc thương thay!

*Cao Bồi Già*


## CHỦ HÃNG HÒM

Chuyên chăm phục vụ suốt quanh mùa
Nhà hiếu đừng lo hãy ghé qua
Lớn bé đủ ni bao kích cỡ
Sang hèn lắm kiểu chạm văn hoa
Người dùng chẳng biết đồ ông bán
Kẻ tậu không xài thứ họ mua
Sáu tấm cưa bào, niêm kín kẽ
Ghép thành từng cỗ, tiễn chân đưa

*Cao Bồi Già*

**ĐỐT THAN**

Có người bỏ phố trẩy lên ngàn
Lỡ vận anh hùng phải đốt than
Chọn hướng đào lò thông lối gió
Tìm nơi đắp ụ thoáng không gian
Bát cơm kiếm bởi mồ hôi đổ
Manh áo mua bằng nước mắt chan
Khí độc rừng thiêng gây sốt rét
Đời sao cơ cực khổ trăm phần

*Bóng Tà Dương*


**ĐÃI VÀNG**

Ước muốn đổi đời mộng phú sang
Rủ nhau vượt núi kiếm kho tàng
Sườn non đá lở xà beng đục
Khe suối đất bồi xẻng cuốc thăm
Bới móc cày tung oằn sái khớp
Moi đào xới ngửa trật bong gân
Vàng đâu chẳng thấy toàn tay trắng
Chướng khí sơn lam quật ngã chàng

*Bóng Tà Dương*

## CÔ HÀNG NÓN

Cô hàng "Nọn Huệ" mắt xa xôi
Áo tím ghé chân… vắng, vắng rồi
"Nón lá bài thơ" thời khuất bóng
"Mũ nồi cơm điện" thuở lên ngôi (*)
Tác phong thời đại ào chân chạy
Duyên dáng ngày xưa gượng tiếng cười
Xoay sở cô thêm… quầy "nón cối"
Đành phai sắc tím mộng mơ thôi!

*Cao Bồi Già*

*(\*) Mũ nồi cơm điện: nón bảo hiểm, helmet.*


## CÔ HÀNG THUỐC LÁ

Vóc phượng, môi hường dáng đẹp cao
Cô hàng thuốc lá giọng thanh tao
Miệng lôi khách lạ mua "Ba số"
Mắt kéo người quen hút "Bảy sao" (*)
Chân cứ thăm nàng quên sợ bệnh
Xe năng ghé ngọ dẫu lo lao
Ước gì nàng bán chè xanh nhỉ
Chẳng sợ ho hen, thoải mái… chầu!

*Cao Bồi Già*

*(\*) Ba số: Thuốc 555 - Bảy sao: Thuốc 7 Stars.*

## TÌM TRẦM

Chui luồn rừng rậm khắp mười phương
Van vái Thần may trợ hướng đường
Bầu gió xông ra mùi kiếp nạn
Bí Kỳ đọng lại chất tai ương (*)
Loài cây kháng tử gây nguồn nhựa
Thực vật tồn sinh tạo mạch hương
Giấc mộng kim tiền đà vỡ đổ
Trầm đâu chẳng thấy, thấy nhà thương.

*Bóng Tà Dương*

(*) Chỉ duy nhất có cây gió bầu còn gọi là bí kỳ hương, khi bị vết thương, dòng nhựa phản ứng tụ trong thân cây tạo ra trầm hương.

## ĐÁ QUÝ

Vật hiếm ẩn mình chốn núi cao
Vận may số đỏ tự dưng vào
Hồng anh lấp ló nơi sơn tận
Bích ngọc tàng hình chốn lũng sâu (*)
Duyên đất trao ban không xác khổ
Lộc trời hiến tặng chẳng tâm lao
Nằm gai nếm mật can chi cực
Xôi hỏng về không có được nào?

*Bóng Tà Dương*

(*) Đá quý Sa-phia và Ru-by còn gọi là bích ngọc và hồng ngọc.

## CỬA HÀNG ĐIỆN MÁY

Xin mời quý khách đến hàng em
Thỏa thích vòng quanh mắt ngắm xem
Tủ lạnh siêu to vừa xuất xưởng
Truyền hình đời mới vẫn nguyên tem
Bếp lò chị thích mời mua gấp
Điện thoại anh ghiền hãy sắm thêm
Máy móc công năng gì cũng có
Nào ai cứ tậu nếu dư tiền.

*Cao Bồi Già*


## CỬA HÀNG ĐỒ ĐIỆN

Hãy đến thăm em khách thỏa lòng
Xây nhà, dựng cửa cứ thong dong
Xi bi, công tắc mang nhiều hiệu (*)
Ổ cắm, đim mơ đủ các dòng (*)
Đèn tuýp, đèn chùm bền đúng ý
Quạt trần, quạt hút đẹp như mong
Ống luồn, cáp điện gì bao hết
Ghé chỉ nơi này, mọi việc xong.

*Cao Bồi Già*

(*) Xi bi: CB; Đim mơ: dimmer

## NGỌC TRAI THIÊN NHIÊN

Xuống biển lần mò kiếm ngọc trai
Lặn sâu nín thở thủng màng tai
Xà cừ lấp lánh thôi quên ngắm
Họa tiết lung linh chớ đoái hoài
Để mắt kho tàng trong lớp vỏ
Quan tâm vật hiếm ẩn tàng mai
Quý nương hoàng hậu khi trang sức
Có biết thần dân vất vả này

*Bóng Tà Dương*


## NGỌC TRAI NHÂN TẠO

Công phu ghép cấy đá vào trai
Sản phẩm tạo nên vật quý này
Mở thịt gieo vào đừng để xước
Đóng màng thả lại chớ cho trầy
Thiên nhiên ấp ủ bao ngày đẵng
Biển cả ôm nuôi mấy tháng dài
Thời điểm vớt lên thu hoạch ngọc
Ô kìa kết quả diệu kỳ thay!

*Bóng Tà Dương*

## BẢO VỆ

Đồng phục ka ki thật gọn gàng
Bộ đàm léo nhéo cứ vang vang
Ngày trông xe khách canh chừng trộm
Đêm gác quân gian cuỗm cắp hàng
Kỷ luật nghiêm minh luôn trọng chấp
Tác phong chuẩn mực thật đàng hoàng
Nhạy nhanh xử trí khi giao biến
Bảo vệ luôn rèn mới xứng danh

*Cao Bồi Già*


## BƯU TÁ

Cái nghề ví tựa cánh chim câu
Xa cách tôi đây bắc nhịp cầu
Lòng kẻ miền quê dài khắc nhớ
Tin người nơi phố đợi canh thâu
Đây thư gửi Mẹ đưa trao sớm
Kia điện về Cha, chuyển phát đầu
Bưu phẩm, chuyển ngân kiêm hết cả
Niềm vui, nỗi nhớ xóa tan mau

*Cao Bồi Già*

## PHU ĐÀO HUYỆT

Người phu trị huyệt đã bao năm
Nhát cuốc đào lên cứ lặng thầm
Chỗ đấy nghỉ yên hàng võ tướng
Nơi này an giấc bậc giai nhân
Đời như gió thoảng vèo xong phận
Kiếp tựa mây bay vụt mãn phần
Mai mốt tôi rời xa cõi thế
Ai đây chôn lấp mảnh xương tàn?

*Bóng Tà Dương*

## ĐÔ TÙY

Tiếng chiêng giục giã trước quan tài
Hàng ngũ đô tùy đứng tách hai
Chấp hiệu khởi hành cung thể phách
Đội khiêng vào thế lạy thi hài
Nghiêm trang một lối đi tròn bước
Kính cẩn song hành chuyển vững vai
Mát mặt tang gia đồng ký thác
Người về yên nghỉ cõi bồng lai.

*Bóng Tà Dương*

## GIAO GA

Cung cấp năng nguồn mọi Táo quân
Cạn bình cứ gọi mỗ giao nhanh
Nhãn xanh, nhãn đỏ đều tiêu chuẩn
Bình bé, bình to có sẵn sàng
Rong ruổi trên đường từ sáng nứt
Long nhong ngoài phố tận chiều tàn
Một mình, một "ngựa" đèo ga chạy
Nuôi bếp bao nhà ấm lửa xanh.

*Cao Bồi Già*


## BƠM XĂNG

Trực chiến suốt ngày với trụ xăng
Sẵn sàng phục vụ mọi xe thăm
Tay co ngón bóp vòi tuôn chảy
Mắt liếc ngươi căn số nhảy càn
Lắm lúc đông xe, xoay túi bụi
Nhiều khi vắng khách, đứng mơ màng
Tận gan nỗi khổ nào ai biết
Thèm thuốc đành kiêng kẻo mất làm!

*Cao Bồi Già*

## HỘI BÁT ÂM

Tám loại âm đồng vụt trỗi lên
Cùng hòa hợp tấu nhịp đan xen
Nhị hồ réo rắt vang cung bậc
Trống mõ âm bồi điểm phách sênh
Lưu thủy thuyền trôi chờ thổ lộ
Hoài lang ngựa sải đợi hàn huyên
Tình xưa tri ngộ năm canh thức
Mượn tiếng tơ đồng thỏa nỗi quyên.

*Bóng Tà Dương*


## PHƯỜNG KÈN TÂY

Rộn ràng hùng tráng đội kèn tây
Thu hút đông người thưởng thức đây
Dồn dập âm thanh như thác đổ
Tưng bừng uy vũ tựa rồng bay
Ngời ngời ánh bạc xem kinh phục
Loang loáng màu đồng thấy ngất ngây
Mới biết trong nhà đừng hí hởn
Ra ngoài một đống vạn người hay.

*Bóng Tà Dương*

## LÀM BÁNH ĐA

Quà quê đơn giản dáng vênh tròn
Nhà mỗ theo làm tự bé con
Xay gạo pha hồ, nêm muối mặn
Bắc lò tráng bánh, rắc mè thơm
Lên dàn tốt nắng, hong cho hạn
Nhóm bếp hồng than, quạt đến dòn
Mì quảng, thịt cầy tranh sớ đặt
Đa này tuy ít, thiếu sao ngon!

*Cao Bồi Già*


## LÀM GIÒ CHẢ

Làm giò truyền thống của cha ông
Giờ chẳng thình thình giã nhọc công
Máy kéo cối xay heo nhuyễn nát
Điện quay chày nện lợn nhừ bông
Trộn nêm đủ mắm cùng gia vị
Cuộn gói thành cây bó ống tròn
Luộc chín là xong đem bỏ mối
Bún bò, bánh cuốn, bánh mì luôn.

*Cao Bồi Già*

## ĐAO PHỦ

Mặt lạnh như đồng mắt tỉnh nai
Thản nhiên tiễn mạng đoạn đầu đài
Chờ khi quan án vung vồ xử
Đợi lúc pháp nhân quẳng lệnh bài
Trống dứt ba hồi mồ mẹ nó
Gươm vù một nhát đéo cha ai (*)
Mốt mai đao phủ trừ đao phủ
Nhân quả lưới Trời biết đúng sai.

*Bóng Tà Dương*

(*) Thơ Cao Bá Quát, nguyên văn: Ba hồi trống giục mồ cha kiếp, một nhát gươm đưa đéo mẹ đời.

## ĐỒ TỂ

Nắm quyền sinh sát ở trong tay
Đồ tể chuyên gia thạo món này
Thọc huyết ồ ồ mau kết thúc
Cạo lông xoành xoạch chốc xong này
Nghề này sách dậy nhiều oan trái
Nghiệp đấy kinh truyền phải đổi ngay
Vật để nuôi người cần chính đạo
Tu tâm dưỡng tính mới hay tài.

*Bóng Tà Dương*

## KIỂM LÂM

Ngàn trùng thăm thẳm giữa sơn lâm
Ngày ngoạn lan đồi, tối ngắm trăng
Bảo vệ rừng xanh, ngăn kẻ phá
Giữ gìn thú quý, chống người săn
Không e chướng khí, sông sâu vượt
Chẳng ngại ma thần, thác hiểm băng
Lá đỏ giao mùa say cảnh trí
Thúc lòng gắn bó chốn u thâm

*Cao Bồi Già*

## CẢNH SÁT GIAO THÔNG

Tay gậy chỉ huy miệng tuýt còi
Phân luồng xe cộ chạy như thoi
Lệnh dừng ngay kẻ không tuân luật
Xử phạt nghiêm ai chẳng chấp lời
Dãi nắng trên đường thông điểm kẹt
Dầm mưa ngoài lộ giữ dòng trôi
Chỉnh tề đồng phục giầy, tên, nón
Giữ mạch thông cầu việc của tôi

*Cao Bồi Già*

## GÁNH PHÂN

Tưởng rằng hèn hạ gánh thùng phân
Việc ấy xem ra lại rất cần
Năng đảm thế gian duy khổ sự
Tận thu thiên hạ nhất nhân tâm (*)
Che mồm thối hoẵng anh xa tránh
Bịt mũi tanh tao chị lảng dần
Còn thứ gớm ghê hơn cứt đái
Sao không bỏ quách lại tần ngần.

*Bóng Tà Dương*

(*) Nguyên chữ: Ý nhất nhung y, năng đảm thế gian nan sự. Đề tam xích kiếm, tận thu thiên hạ nhân tâm. (Khoác một áo bào, đảm đang khó khăn trong thiên hạ, cầm ba thước kiếm, tận thu lòng dạ thế gian). Câu đối vua Lê Thánh Tông tặng người gánh phân.

## MỤC ĐỒNG

Vắt vẻo lưng trâu trẻ mục đồng
Phuơng đoài ráng nhuộm ánh hoàng hôn
Nghêu ngao tiếng hát vang quanh lũy
Rộn rã câu vè vọng lối thôn
Thích chí trâu già ừ gục gặc
Hài lòng nghé trẻ cỡn long nhong
Hiu hiu gió mát chiều êm ả
Bộ lĩnh cờ lau có nhớ không?

*Bóng Tà Dương*

## CÔ HÀNG VỊT QUAY

Cô chủ vịt mời, lớ tiếng Kinh (*)
Thơm lừng, thơm phức khó làm thinh
Chục con lủng lẳng dang dài cổ
Mấy ả u nu ngửa úp mình
Phập phập tay dao nghe ngọt sớt
Kình kình mặt thớt thấy ghê kinh
Kèm thêm nước chấm, dưa leo, ớt
Nàng chúc say sưa thật nhiệt tình!

*Cao Bồi Già*

(*) Cô chủ người Hoa

## CÔ HÀNG CƠM

Quán hàng cô mở đến đêm thâu
Vừa nấu vừa mời giọng mía lau
Sườn nướng thơm lừng, bò nấu sốt
Canh chua ngọt vị, thịt kho tàu
Khách ăn nườm nượp không khi vắng
Đầu bếp xoay vần hết sức mau
Xơi thử một lần là nhớ mãi
Đói lòng còn muốn ghé nơi đâu?

*Cao Bồi Già*

## TÁT NƯỚC

Hai cô tát nước ở bên đàng
Múc ánh trăng non thật nhịp nhàng
Hai mặt chào nhau khom gối dọc
Bốn tay vũ điệu lắc vai ngang
Rì rào lúa hát cung đồng trổ
Ù ập bờ tràn mực nước dâng
Gió gọi xôn xao vờn sóng gợn
Thầm thì to nhỏ chuyện nông tang.

*Bóng Tà Dương*



## NGHỀ ĐAN

Chẻ tre cho khéo vót từng nan
Đều đặn ra thanh rặt thứ hàng
Lóng mốt lóng hai ngay ngắn lối
Đè tam cất tứ đúng nghiêm hàng
Tra vành đừng méo theo lần lượt
Nắn cạp cho tròn thật lớp lang
Nghệ thuật hoa văn từng sản phẩm
Chuyên cần nghiên cứu kỹ nghề đan.

*Bóng Tà Dương*

## NHÀ BÁO

Áo khoác không tay, túi tứ bề
Không rời máy ảnh, ngóng tinh nghe
Chụp hình, viết lách nhanh như chớp
Phỏng vấn, tìm tòi sắc khỏi chê
Ẩn dạng khôn ngoan hòng lấy chứng
Dấu thân kiên nhẫn để hành nghề
Mỗi dòng, phóng sự, mồ hôi vã
Thế thái nhân tình thẳng thắn phê.

*Cao Bồi Già*


## NHÀ KHÍ TƯỢNG

Khí tượng thiên văn nắm tỏ tường
Mỗi ngày thời tiết báo minh thông
Xem trời, ngóng gió, nhìn mây nước
Lấy nhiệt, phân hình đoán bão giông
Gọi kẻ dong thuyền hòng thoát nạn
Báo người tránh lũ kẻo thương vong
Đo lường tính toán chuyên chăm kỹ
Cuộc sống bao người phải cậy trông.

*Cao Bồi Già*

**ĐAN LƯỚI**

Sợi chỉ sẵn sàng đợi những ai
Guồng căng đầy ắp sợi dây dài
Đầu ghim mũi nhọn lao lên xuống
Đít cữ mông vuông ướm mỏng dầy
Mắt mở tinh tường đừng lỗi lỏng
Tay luồn khéo léo chớ lầm sai
Xong rồi ngắm nghía bao công sức
Thả xuống sông hồ cá biết tay.

*Bóng Tà Dương*


**XAY THÓC**

Sừng sững khênh ra đặt giữa nhà
Ai kia đụng đến khóc òa òa
Lắp chàng đúng hướng tai ngay ngắn
Đặt thớt nghiêm hàng ngỗng kiểm tra
Dạng háng lên gồng co lấy thế
Khuỳnh tay xuống tấn đẩy theo đà
Ừ ỳ giục giã tri hô tợn
Gạo lứt trần truồng nhảy phắt ra.

*Bóng Tà Dương*

## THỢ ỐNG NƯỚC

Nước rỉ, tịt ngòi cứ gọi tôi
Thợ này giải quyết ngọt như xơi
Xoáy răng, chia ngả, bơm lên tháp
Thông cặn, thay van, sửa lại vòi
Ăm ắp đường cung luôn sạch sẽ
Ào ào cống thoát chẳng tanh hôi
Yên tâm sử dụng theo tùy thích
Hư hỏng chi chi cứ lại vời!

*Cao Bồi Già*


## THỢ MÀI DAO KÉO

Dao cùn, kéo lụt hãy đem ra
Tui liếc cùng mài rất sắc đa
Xoèn xoẹt đá reo, ngời lưỡi sáng
Tóe lòe lửa bắn, rực sao sa
Thịt bò, rau củ phay bằng thích
Vải bố, keo cồn cắt tựa pha
Rong ruổi từng nhà xin phục vụ
Bàn quay, kềm dũa khắp nơi tha.

*Cao Bồi Già*

## GIÃ GẠO

Tiếng gì thậm thịch lúc canh hai
Chái bếp rung theo nhịp giã chày
Mươi đấu trần truồng kỳ cọ dũa
Vài thưng lõa thể tuốt lau mài
Một đoàn mỹ nữ xinh như gọt
Mấy đội anh thư mướt tựa mài
Muốn cắn vài cô xem mặn ngọt?
Bõ công chà xát tấm dung hài.

*Bóng Tà Dương*


## SẢY TRẤU

Một nia lộn xộn vỏ cùng nhân
Trấu gạo hai nơi sảy tách phần
Cúi cổ khòm lưng đưa hất hất
Gật đầu giang cánh lắc phân phân
Trấu theo đường gió bay tung tóe
Gạo ở trong nia đậu hợp quần
Cũng vậy ở đời chung thiện ác
Phải thanh lọc đúng chớ sai lầm.

*Bóng Tà Dương*

## KẸO KÉO

Tô vẽ đỏ xanh đẹp một thùng
Đèo sau xe đạp, nhạc vang lừng
Nấu đường riu lửa, gà chưa gáy
Quật mật dày công, nắng đã hừng
Áo khoác màu mè rong khắp phố
Chân quay đều đặn rảo muôn đường
Kéo dài dài kẹo chiều con trẻ
Dẻo dẻo bùi thơm, ngọt quá chừng!

*Cao Bồi Già*


## ĐẠI LÝ VÉ SỐ

Phân phối Thần Tài đến khắp nơi
Cơ vàng lộc phát, hỡi ai ơi!
Kia em rảo bước, chân cuồng mỏi
Đây chị ngồi quầy, miệng nở tươi
Lo lắng bóng chiều tay chửa hết
Mừng vui khi xế vé veo vơi
Mong người mua số vô lô… độc
Mưa móc san chia chút lộc trời.

*Cao Bồi Già*

## SÀNG GẠO

Cối giã xong rồi chửa hết đa
Dần sàng đoạn cuối nữa anh à!
Quay quay trôn ốc gom gom lại
Chắt chắt vòng tròn hất hất qua
Tấm lọt xuống nia chờ gạt hốt
Bổi trồi lên mặt đợi gằn ra
Hạt nguyên là gạo đều tăm tắp
Tập hợp vào bao tích trữ mà!

*Bóng Tà Dương*


## NGHỀ NÔNG (1)

Nhà nông chân lấm với tay bùn
Hạt gạo làm ra vất vả hung
Cặm cụi cuốc cày khom gập cật
Cần cù cấy dặm cúi khòm lưng
Bón phân nhổ cỏ luôn không nghỉ
Tát nước đắp bờ mãi chẳng ngưng
Cầm chén cơm đầy nghi ngút khói
Đắng cay trăm nỗi khổ vô cùng.

*Bóng Tà Dương*

## KIẾN TRÚC SƯ

Kiến trúc là nghề sánh nghệ nhân
Tài hoa, lãng mạn đủ mươi phần
Họa hình biệt thự đầy thơ mộng
Tạo nét cao tầng rõ cách tân
Chung sức điểm tô nhà thoáng mát
Góp phần xây dựng phố tươi thanh
Ẩn tàng nét vẽ bao bài toán
Kỹ thuật chi li mọi góc, tầng.

*Cao Bồi Già*


## THẦU KHOÁN

Làm nhà ắt phải gọi ông thầu
Đứng mũi muôn bề chứ bỡn đâu
Điều thợ xây tô nhà, dựng cửa
Chỉ phu đào lấp móng, lên lầu
Bê tông sàn cột bền trơ vững
Cốt thép sườn khung vút vượt cao
Đạo diễn từ đầu cho đến cuối
Nhà này, nhà nọ mọc thi nhau.

*Cao Bồi Già*

## NGHỀ NÔNG (2)

Vô cùng vất vả nghiệp nông gia
Trông nắng trông mưa gió thuận hòa
Sáng sớm lần mò nơi ruộng vắng
Chiều hôm lặn lội tận đồng xa
Mặt than mụ Đất mồ hôi đổ
Lưng oán ông Trời nước mắt sa
Biết đến bao giờ thôi cắm mặt
Ngẩng lên chỉ hỏi cụ trâu già

*Bóng Tà Dương*


## XE THỒ

Đường rừng lầm lũi chiếc xe thồ
Xuống dốc lên đồi nắng cháy khô
Chất củi nặng nề gồng gối mỏi
Gom than ngất ngưởng đẩy lưng gò
Bát cơm con trẻ đong tàn sức
Manh áo mẹ già vắt kiệt cơ
Vòng bánh xe đời lăn mãi thế
Tôi đây cực nhọc đến bao giờ?

*Bóng Tà Dương*

**ĐẦU BẾP**

Mỗ đây trụ chính của nhà hàng
Đủ món Tây Ta, tuyệt khỏi bàn
Xóc đảo thức ăn nghề tựa xiếc
Chặt băm xương thịt điệu như thần
Món ăn chế khéo, say bao lưỡi
Hương vị nêm tài, đắm bộn răng
Tay đũa, tay muôi đùa khói lửa
Chết mê đầu bếp,… khối cô nàng!

*Cao Bồi Già*


**NGHỀ NẤU TIỆC**

Sinh nhật, cưới xin hoặc tiệc tùng
Mỗ đây nhận nấu, tuyệt vô cùng
Phượng hoàng ấp trứng, ngon vô địch
Bát bửu chầu Tiên, vị khác thường
Bàn ghế khỏi lo, chiều đủ mức
Đĩa tô bao hết, tiện muôn đường
Còn phần giá cả luôn ưu đãi
Danh tiếng tôi đây nổi khắp vùng!

*Cao Bồi Già*

## NẤU RƯỢU

Ba đầu rau Táo xếp ra đây
Hèm đổ lưng lưng chớ để đầy
Đặt tiếp máng trôi trôn hứng đó
Thò thêm ống giắm nách vươn này
Nhóm lò thổi gió riu lên lửa
Hơi nước làm mây chảy xuống chai
Từng giọt long tong rơi rỉ rả
Đến chiều công việc cũng xong ngay.

*Bóng Tà Dương*


## CÂU CÁ

Một người một giỏ một cần câu
Lững thững ra sông tựa mố cầu
Thong thả mắc mồi trên bãi cạn
Lai rai thả cước dưới dòng sâu
Hấp hem mắt ngắm hoa phiêu dạt
Mấp máy môi nghêu khúc lộng trào
Chợt chúi phao chìm. Ô cá cắn!
Giật vùng giẫy giụa chú mè phau

*Bóng Tà Dương*

## NGHỀ LÀM BỘT

Nhà xưởng mỗ này trắng tựa bông
Chuyên nghề sản xuất bột năng, dong
Mì, đao gọt vỏ xay nhừ nhuyễn
Dong, sắn bào da xát nát mòn
Nước trộn khuấy tan qua lưới lọc
Chất tinh lắng đọng dưới thùng bồn
Từ đây hóa bánh cùng ra miến
Nhờ mẹ nhờ em chế món ngon

*Cao Bồi Già*


## NGHỀ NUÔI CỌP

Ấy mình nuôi hổ tựa nuôi heo
Dám vuốt râu hùm chẳng chút teo
Mấy chú oai hùng không xiềng khóa
Vài chàng uy lẫm nhốt nằm queo
Vuốt, nanh chẳng sợ xem như chó
Nhục, cốt đem cân bán tựa mèo
Mỗi lứa xuất chuồng thu cũng khá
Nhưng mà chẳng… dễ, chớ dại theo!

*Cao Bồi Già*

Ở làng Đô Thành, Yên Thành, Nghệ An người dân nuôi cọp như nuôi heo trong nhà để bán, nhà nhà cùng nuôi, người người tăng gia để cung cấp cao, thịt… cho thị trường… Chuyện tưởng như đùa mà lại là chuyện thường ngày ở huyện!!! (Theo Vietnam.net).

## CẤT VÓ

Bốn gọng cong cong chiếc vó bè
Kéo lên hạ xuống thấy nhàn ghê
Nhịp nhàng cánh với mươi ba níu
Thong thả tay buông bảy tám xòe
Cá mú lao xao rơi giỏ đựng
Tép tôm lổn ngổn rớt hom kè
Hừng đông tháo vó thu thành quả
Bán chác tiêu pha thật sướng phê.

*Bóng Tà Dương*

## HÁI CHÈ

Dăm cô thiếu nữ má hây hừng
Nhanh nhẹn đeo gùi đứng cúi lưng
Thoăn thoắt đưa tay thu gọn ngắt
Nhịp nhàng ngoái cánh nạm đều tung
Gió đồi thoảng nhẹ vờn hương dậy
Nắng núi mơn man ửng sắc bừng
Khúc khích hỏi dò dăm cậu trẻ
Ghép đôi e thẹn mặt phừng phừng.

*Bóng Tà Dương*

## CÔ HÀNG RAU

Cô hàng cung cấp món rau tươi
Đủ loại xanh ngon ngỏ tiếng mời
Ngọt vị: bó xôi cùng cải thảo
Mát lòng: đậu bắp với mồng tơi
Mùa nào cũng đặt xe vườn cả
Thức nấy xin chiều ý khách thôi
Ai chẳng nhuận tràng năng ghé ngọ
Ruột gan nhẹ nhõm, thỏa tình xơi.

*Cao Bồi Già*


## 96. CÔ HÀNG SẮT

Xây nhà dựng cửa cứ tìm cô
Sắt thép chi chi đủ cả bồ
Hàng cuộn, loại gân đầy mập, ốm
Ống tròn cây dẹp đủ dài, to
Gọi cân, ba gác thồ ngay cửa
Kêu tấn, xe thùng đổ tới kho
"Nàng Thép" biệt danh, thầu vẫn gọi
Đơn hàng nặng thế, ký ro ro!

*Cao Bồi Già*

**ĐÁNH DẬM**

Trên vai chiếc dậm rét căm căm
Lõa thể tồng ngồng chiếc khố thâm
Hớt hớt lòng vòng nơi vắng lạch
Chao chao lọp bọp chốn hoang đầm
Tép riu nhảy dọc đành vơ đại
Cua tèo bò ngang cứ hỏi thăm
Thất thế sa cơ đời khổ cực
Cùng đường vạn tội bất như bần.

*Bóng Tà Dương*



**ĐAN SỌT**

Chỉ là sợi trúc kết liên vành
Chiếc sọt hình cầu hiện uốn quanh
Đựng thứ tầm thường đâu chức tước
Chứa hàng vớ vẩn chẳng công khanh
Lục thâu tạo lỗ bao vây lũy
Bát quái đan nan hãm thủ thành
Ngũ Lão khi xưa ngồi kết sọt
Quân thù vỡ mật sợ uy danh

*Bóng Tà Dương*

**TÀI XẾ**

Đời vẫn gọi vui: Bớ bác tài
Đi đâu phải ới chứ nhờ ai
Vô lăng tay khiển không xiên lệch
Ga thắng chân điều chẳng nhịp sai
Hàng hóa chuyển đưa về phố thị
Khách du đón rước vượt đường dài
Tọa yên, mắt láo liên quan sát
Muôn dặm ngày đêm chạy miệt mài.

*Cao Bồi Già*


**PHỤ XẾ**

Đời gọi là Lơ tựa nghiệp danh
Thân vèo như sóc, khỏe và nhanh
Miệng hô lanh lảnh rao đường tuyến
Chân nhảy nhung nhăng đón khách hàng
Phụ tiếng bác tài thông lộ suốt
Chuyển mui hàng hóa cột an toàn
Theo xe rong ruổi đi cùng khắp
Muôn dặm đồng chia nỗi khó khăn.

*Cao Bồi Già*

## GÁNH LÚA

Đòn xóc hai đầu nhọn hoắt thay
Nặng nề gánh lúa trĩu bờ vai
Rung rinh với nhịp chân lên xuống
Nhún nhảy theo đà bước một hai
Hơi thoát phì phò ra lối miệng
Mạch dồn thình thịch bở hơi tai
Tha lâu cố gắng cho đầy tổ
Quẳng gánh phờ râu mệt suốt ngày.

*Bóng Tà Dương*


## XÂY LẮP ĐIỆN

Điện khí hôm nay đã tới làng
Cột cao nghễu nghện thẳng ngay hàng
Tinh khôi sứ trắng như hoa nở
Thẳng tắp dây đồng tựa nhện giăng
Chập tối bóng đèn soi sáng lóa
Về đêm quạt máy chạy phăng phăng
Nhờ anh thợ điện leo cao đó
Đầu ngẩng cô nàng có thấy chăng?

*Bóng Tà Dương*

## CÔ HÀNG VẢI

Cô hàng bận bịu thước đo luôn
Bán lẻ cùng kiêm cả bán buôn
Chất liệu đầy nhung, xoa, gấm, lụa
Sắc màu đủ chấm, sọc, hoa, trơn
Thợ may tấp nập săm soi loại
Thương lái đông kèn chọn lựa bông
Nhờ lụa mỹ nhân tôn dáng vóc
Nhu cầu ăn mặc thịnh thời hơn.

*Cao Bồi Già*


## CÔ HÀNG VÀNG

Rõ phong, rõ cách chủ nhân vàng
Trang sức đầy mình, tướng cực sang
Kia tủ vòng dây ngời óng ánh
Đây quầy đá quý chiếu long lanh
Khách vào nàng tiếp lời hơn hớn
Máy đếm tiền reo tiếng xoạt xoàn
Vàng trắng, vàng cây gì có hết
Kim trao, bạc nhận thoáng muôn vàn!

*Cao Bồi Già*

## MÓT LÚA

Mùa màng thu hoạch lúa đà xong
Thư thả dăm hôm lại nhớ đồng
Rá cắp lom khom tìm mấy gié
Bao cầm lụi cụi nhặt mươi bông
Tha lôi kín tổ siêng năng kiến
Nhặt nhạnh đầy gùi mẫn cán ong
Chịu khó cần cù thêm mấy đấu
Còn hơn lười biếng chỉ nằm không.

*Bóng Tà Dương*


## GÀU GUỒNG

Xa quạt ì ầm tiếng nước reo
Đêm nay đổ ải ruộng tơi đều
Trâu quần dưới luống đang bừa thúc
Mạ ở trên bờ đợi cấy gieo
Guốc gỗ cào guồng khua lịch kịch
Chân trần đẩy quạt đạp veo veo
Đến thời mùa vụ ai công nấy
Chỗi dậy làm thôi chớ ngủ khèo.

*Bóng Tà Dương*

## ÉP ÁO MƯA

Ra lò đủ loại áo đi mưa
Dàn máy cao tần lóc cóc khua
Ráp mép thẳng cong cho dính chắc
Viền biên dài ngắn chẳng hề tưa
Ny lông xanh đỏ chiều lòng thích
Vải nhựa mỏng dày thỏa giá mua
Lúp xúp chiều mưa che dáng ngọc
Vui chơi, hò hẹn ngại chi mùa.

*Cao Bồi Già*


## TRÀM NÓN

Búp non xanh mướt đọt buông rừng
Phơi đạp cho mềm, trắng nõn nương
Tre chẻ thật đều, vòng lớn bé
Lá là cho phẳng sợi đều chung
Đặt vành ôm khít từng tầng lớp
Phủ lá bao trùm khắp cả khung
Thoăn thoắt em khâu bằng cước trắng
Nên hình chiếc nón Việt thân thương!

*Cao Bồi Già*

## LỢN NÁI

Cắn ổ bụng đau thím lợn nhà
Tính ngày đã đúng buổi khai hoa
Tấm màn đầy đủ giăng canh muỗi
Bao tải đường hoàng trải đệm ga
Chị trước đẻ ra phăng cuống rốn
Em sau sanh tiếp bóc màng da
Một đàn ụt ịt ôi thương quá
Lộc đã đến rồi sướng quá ta!

*Bóng Tà Dương*


## TẠC TƯỢNG

Phiến đá hoa cương dẫy Ngũ Hành
Đem về tạc tượng bậc tài danh
Tạo hình đục đẽo sơ khai dáng
Đường nét băm mài tỉ mỉ canh
Chạm mặt chân dung tô phách thể
Thổi hồn tinh tế điểm tinh anh
Phật tiên thần thánh cùng vương tướng
Đã hiện nguyên ra dáng tựu thành.

*Bóng Tà Dương*

## THỢ ẮC QUY

Đề khó đem bình đến chỗ tôi
Ắc quy mạnh mẽ lại ngay thôi
Lắc âm, lắc lửa xen từng cặp (*)
Màng lót, màng ngăn tách mỗi đôi
Xếp hộc xoay đầu dòng đối cực
Hàn chì nối mạch, điện thông hơi
Châm đầy a xít cho vừa độ
Đủ điện cung cho máy móc rồi.

*Cao Bồi Già*


## THỢ CUỐN MOTEUR

Cái nghiệp liên quan đến đủ nghề
Thực là cần thiết, đố ai chê
Mỗi vòng dây dẻo đều căng cỡ
Từng tép đồng mềm khéo xỏ khe
Máy chạy ro ro sinh lực kéo
Quạt quay véo véo thổi hơi về
Công nông sản xuất hay sinh hoạt
Thợ cuốn mô tơ giúp mọi bề.

*Cao Bồi Già*

## ĐÚC TƯỢNG

Đất bột xay ra thật nhuyễn nhừ
Nặn nhào nắn nót tượng chân như
Vào khuôn đất sét làm ngay phép
Lấy chất hồ xi đổ đúng gu
Nghệ thuật cầu kỳ nên cẩn thận
Kỹ năng quan trọng phải cần cù
Tháo khung lại đến phần hoàn chỉnh
Nắn nót sơn tô tượng kếch xù.

*Bóng Tà Dương*


## TIỆM THUỐC BẮC

Từng ngăn từng hộc xếp thành ô
Hiệu thuốc Đông y rõ một lò
Cam thảo, táo tàu cùng thục địa
Xuyên khung, đỗ trọng với sài hồ
Kê toa lão cụ đau xương khớp
Bắt mạch nhi đồng bệnh suyễn ho
Tin tưởng đến đây thầy chữa trị
Bệnh nào thuốc nấy hết phiền lo.

*Bóng Tà Dương*

## TRÔNG GIỮ XE

Đóng cọc, quàng dây một khoảng sân
Nhận trông xe máy những ai cần
Bấm cùi vào thắng, nhanh hơn sóc
Ghi số lên yên, lẹ tựa thần
Ngươi liếc tứ tung ngừa kẻ trộm
Mắt dòm liên lỉ chặn quân gian
An bình vô sự thì ăn trọn
Lỡ mất "em" nào lại khổ thân!

*Cao Bồi Già*

## TIẾP THỊ

Năng động ra quân dẻo dẻo lời
Mở bài quảng cáo sục cùng sôi
Người qua hồn hút không từ được
Kẻ lại tai bùi muốn sắm thôi
Ra sức mời lôi tiền khách nhả
Vắt công để đẩy món hàng trôi
Xem ra cũng lắm mồ hôi đổ
Để tối quay về gánh nhẹ vơi!

*Cao Bồi Già*

## THỢ CÀY

Tiếng gà gáy rúc đón hừng đông
Tay dắt chàng trâu bước xuống đồng
Phân luống tra luồng vai khoác vạy
Buộc thừng lắp chão cổ kiềng gông
Tiến ngừng chân bước bùn văng bắn
Vắt - ọ trâu đi đất lật bùng
Mùa mới khởi đầu trời đã sáng
Ta đây trâu đấy chẳng nề công.

*Bóng Tà Dương*


## GIÁC HƠI TẨM QUẤT

Nút phéng khua xèng chị giác hơi
Đồ căng một túi khách ưng vời
Cù là dầu nóng thoa tê sướng
Ống giác nước cồn hút khoái thôi
Chặt - búng - chần - xoa, ôi đã điếu
Day - vò - ấn - bóp, ối mê tơi
Đả thông huyết mạch đừng ngưng trệ
Tẩm quất nghề chuyên cũng để đời.

*Bóng Tà Dương*

## HÀNH KHẤT

Chẳng sang nhưng cũng kể là nghề
Hoàn cảnh bi hàn, chớ chấp nê
Áo toạc cùng nơi, van khẩn thí
Thân tàn khắp nẻo, nhọc nhằn lê
Ông qua làm phúc cho tiền độ
Bà lại thương tình giúp áo che
Đắp đổi qua ngày, mai lại tính
Buồn sao phần số lắm ê chề!

*Cao Bồi Già*


## LỘN XÍCH (SÊN)

Nhờ thời gian khó đẻ ra nghề
Chồm hổm ngồi xoay lộn xích xe
Đục đục hết vòng tung hết mắt
Xoay xoay từng cốt khít từng khe
Lần lần nối lại xâu liền chuỗi
Lớp lớp tròng vô gõ chắc đe
Như mới ôm răng nhông đĩa chặt
Đường xa kéo bánh lại êm re!

*Cao Bồi Già*

## GIEO MẠ

Thóc giống đem trầm đẫy nước ao
Vớt lên ủ kỹ nứt bung ào
Đất tơi san phẳng đều tăm tắp
Mộng vãi cho đều thật sít sao
Mầm trắng nhú bâm ngồi vững đón
Mạ xanh lên vút đứng nghiêm chào
Nửa trăng thoắt đã um vươn biếc
Lại nhổ đưa vào cấy ruộng sâu.

*Bóng Tà Dương*

## NƯỚC MẮM ĐỒNG

Nước nổi ngay mùa đám cá linh
Từng đàn lũ lượt nộp trao mình
Muối ngô ướp mặn tra vừa ý
Thính gạo rang thơm tẩm tận tình
Nan nén kỹ càng dầm suốt tháng
Nắp đè cẩn thận ủ thâu đêm
Ba trăng khui khạp ồ quăn mũi
Mắm cốt vàng nâu ứa dập dềnh.

*Bóng Tà Dương*

## LÀM GUỐC

Đây guốc mỗ làm tự gỗ tung
Đầu tiên đẽo gọt dạng chung chung
Máy bào tạo dáng đầy phong cách
Tay giũa nên hình rõ đặc trưng
Sơn phết hoa văn bông, chấm, sọc
Vào quai mẫu mã vải, da, nhung
Cho em lóc cóc đi bên mẹ
Tôn gót sen nàng giữa phố đông.

*Cao Bồi Già*


## NGHỀ LÀM ĐINH

Đinh này đóng gỗ bé con con
Xuất xưởng ra lò cũng lắm công
Kéo thép qua tiêu phi đúng cỡ
Cắt dây ra khúc đoạn đều boong
Dập đầu tạo mũ tròn bằng phẳng
Vát mũi thành kim nhọn tí hon
Thợ mộc thợ nề no sức đóng
Cắm đâu chắc đó vững thân đòn.

*Cao Bồi Già*

## GIĂNG LƯỚI

Xuồng chống ra đồng thả lưới thôi
Chống mông đầu mũi vạch liên hồi
Vơ luồng nước ngọt giăng nguyên tấm
Vãi nắm cơm chua như miếng mồi
Trắm cỏ - mè dinh đâu lối tiến
Rô mề - thác lác hết đường lui
Trưa trưa đủng đỉnh ra thăm cá
Một đống ngon ơ nhậu đã đời!

*Bóng Tà Dương*


## CẶM CÂU

Thả lờ cá sặt lấy làm mồi
Vét lối thông đường đám cỏ hôi
Thật bén lưỡi câu chờ móc kéo
Cho bền dây nhợ chấp tha lôi
Con trê dại dột vào đây đớp
Chú lóc lờ khờ đến đó xơi
Mờ sáng ra thăm giàn câu cặm
Chu choa mấy trự dính tiêu đời.

*Bóng Tà Dương*

## NẶN TÒ HE

Giữ gìn truyền thống nặn tò he
Trộn bột cam, xanh, tím, vàng, be
Tô Định Thoát Hoan làm trẻ ghét,
Trưng Vương Hưng Đạo khiến người mê,
Bày trò bé học, tâm say nhớ
Tạo thú em đùa, miệng nhép phê
Nghệ thuật dân gian còn sống mãi
Nhờ tay bao thợ giỏi lành nghề.

*Cao Bồi Già*

## NGHỀ LÀM LỒNG ĐÈN

Cái nghiệp làng tôi vẫn giữ khư
Lồng đèn cho trẻ rước trung thu
Vót tre uốn bẻ nhiều hình thái
Dán giấy phơi căng lắm dạng thù
Cá chép, tàu bò cùng trám xếp
Ông sao, bươm bướm với đèn cù
Cắc thùng đêm hội em vui sướng
Truyền thống cha ông chẳng thể từ!

*Cao Bồi Già*

## ĐẶT NỌP

Con đê máng cống nước dâng trào
Đặt nọp nơi này thật khít khao
Nước đứng liu riu tôm lủi thủi
Triều ròng ồ ạt cá xôn xao
Thụt lùi nước ngược e không sức
Tiến tới dòng xuôi ắt lọt vào
Giữ nọp bao nhiêu loài thủy sản
Nộp mình dâng mạng thoát nơi nao?

*Bóng Tà Dương*


## ĐÂM TÔM

Mũi chĩa năm răng tựa lưỡi đồng
Lom khom đêm vắng nước đang ròng
Đèn pin chói chói soi khe lạch
Khí đá lòe lỏe chiếu góc sông
Đỏ rực mắt tôm vời đến họp
Xanh lè da rắn thoát cho xong
Nhẹ nhàng lấy thế lừa đâm phập
Một trự tôm càng dính chĩa ông!

*Bóng Tà Dương*

## BA GÁC

Ba gác ruổi rong, kế kiếm cơm
Ai thuê thì chở việc vuông tròn
Xi măng gạch đá thường thồ suốt
Đất cát rau dưa cũng đạp mòn
Cuốc nặng thì nai lưng kéo đẩy
Chuyến vơi lại múa cẳng co guồng
Kiếm ngày ba bữa, mồ hôi vắt
Hễ bánh còn lăn bụng chẳng… không!

*Cao Bồi Già*


## XÍCH LÔ

Lọc cọc bật cần chiếc xích lô
Mời chào du khách chẳng cần hô
Vài người nêm chặt không từ chối
Mấy gánh chèn căng chẳng ngại thồ
Cuốc nặng cuồng chân bò lạch bạch
Chuyến vừa sướng bụng đạp ro ro
Trống xe kiếm bóng soài lưng nghỉ
Ngắm ráng mây trời nghĩ vẩn vơ.

*Cao Bồi Già*

## TRỒNG KHOAI

Xới đất lên vồng mấy luống lang
Chập dây xuôi ngược đặt ngay hàng
Một tuần lá trổ xanh vài tấc
Ba tháng củ kềnh tím cả gang
Sáng sáng điểm tâm xơi ngắm ruộng
Đêm đêm rỗi miệng khểnh nhìn trăng
Ngọt bùi kể chuyện xa xưa ấy
Tích cũ lưu truyền với thế gian.

*Bóng Tà Dương*


## ĐÒ NGANG

Ai về bên ấy xuống đò ngang
Chở khách qua sông kẻo muộn màng
Bánh lái đòng đưa xoay lãng đãng
Mái chèo nhún nhảy khuấy lăn tăn
Người đi chốn ấy đừng quên nhé!
Kẻ ở nơi này có nhớ chăng?
Cách núi ngăn sông nên trắc trở
Đò tôi nối nhịp ngộ kim bằng.

*Bóng Tà Dương*

## XI CHÂN KHÔNG

Sản phẩm nhựa kia muốn chói lòa
Mỗ mà xi sáng quắc ngay đa
Phun keo phủ mặt, hong khô láng
Xếp giá vào thùng, hút khí ra
Nối điện tăng dòng gây biến nhiệt
Cho nhôm hóa khí bốc thăng hoa
Mở thùng chóa mắt ngời ngời lóa
Nhựa dẻo giờ trông tựa thép là!

*Cao Bồi Già*


## SẠC BÌNH

Khó nổ bấm hoài vẫn ó o
Thồ ngay đến mỗ sạc cho no
Một nguồn biến thế qua đầu nắn
Hai kẹp quy màu ép điện vô
Bình nhỏ bình to dai sức kéo
Xe hơi xe máy nhạy đề rồ
Châm thêm a xít khi cần thiết
Bảo dưỡng chu toàn khách khỏi lo.

*Cao Bồi Già*

## ĐÒ BAO

Tiếng máy đuôi tôm phạch phạch vang
Con đò "Tác ráng" lướt băng băng
Cầu phà sông nước ngăn đường dọc
Cống rãnh đê điều chặn lối ngang
Đón khách tốc hành nơi muốn đến
Đưa người mau chóng chỗ cần sang
Khắp miền Lục tỉnh đây nghề mới
Tuy vậy xem ra lại đắt hàng.

*Bóng Tà Dương*


## NGỬA TAY

Có người lão trượng đủ chân tay
Già quá cho nên phải nỗi này
Khuất góc nhà thờ ngồi khất thực
Xa nơi cổng thánh lết ăn mày
Âm thầm nuốt ngược đời đau khổ
Lặng lẽ buông xuôi kiếp đọa đày
Có phải hiện thân người ái phụ?
Mỗi lần trông thấy mắt chùng cay!

*Bóng Tà Dương*

## RÚT HẦM CẦU

Bể phốt nhà ai bị ứ đầy
Thì phôn tắp lự đến đây ngay
Xe bồn phục vụ cùng nơi chốn
Máy hút thi công hết mọi ngày
Thối hoẳng không e nhanh nhẹn dọn
Tanh tao chẳng kể sẵn sàng vầy
Yên tâm tứ khoái không còn ngại
Bụng thoáng lòng thông lại sướng phây.

*Cao Bồi Già*


## KHOAN CẮT BÊ TÔNG

Nhìn đâu cũng thấy cắt bê tông
Cột điện, bờ tường quảng cáo luôn
Khoan phá êm ru không động bắc
Cắt phăng gọn nhẹ chẳng phiền đông
Mời chào tiếp thị hơi… liều hỗn
Thực hiện thi công rất… vẹn tròn
Nhà cũ dỡ xây, xin phục vụ
Cứ phôn gọi réo nhé bà, ông!

*Cao Bồi Già*

## KHÁT THỰC 2

Bến bắc qua phà một thiếu niên
Tiếng đàn "Lát xích" trỗi vươn lên
Hợp âm rải tiếng ngờ xa tục
Phối khí hài thanh tưởng đến tiên
Vẹo sống gù lưng nên bạc phước
Teo đùi vẹo gối phải vô duyên
Mới hay con tạo ghen tuông đấy
Đố kỵ tài năng bắt tật nguyền.

*Bóng Tà Dương*


## KHÁT THỰC 3

Chồng mù lấy vợ niểng què chân
Dắt díu lần mò kiếm miếng ăn
Tiếng lục huyền cầm vang não nuột
Lời ca vọng cổ vút tần ngần
Song đôi nghệ sĩ đời u ám
Một cặp ca cầm kiếp trở trăn
Thôi chúc hai người trăm tuổi nhé
Như chim liền cánh cõi dương trần.

*Bóng Tà Dương*

## HƯỚNG DẪN VIÊN DU LỊCH

Đời gọi tôi là hướng dẫn viên
Đưa người du lịch khắp vùng miền
Sa Pa, Đà Lạt ngâm sương lạnh
Yên Tử, Bà Nà ngắm cõi tiên
Thắng cảnh bao nơi bày khách thám
Danh lam cùng chốn thuyết người ghiền
Mong ai đã đến thì yêu mến
Thưởng ngoạn vui say chẳng bợn phiền.

*Cao Bồi Già*


## ĐỒ HỌA VI TÍNH

Sử dụng "Cô reo" trổ ngón tài
Giúp nghề in ấn lẹ nhanh thay
Bấm key tạo chữ như hoa nở
Di chuột nên hình tựa phượng bay
Tạo mẫu tự do không bó buộc
Sửa hình nguyên bản chẳng hề sai
Xuất phim dương bản từng ly sắc
Quảng cáo thì đây cũng khéo bày.

*Cao Bồi Già*

## LÀNG ĂN MÀY

Nghe đồn cả xóm khoái ăn mày
Ruộng rẫy xong rồi phải tếch ngay
Tứ xứ lang thang hòng kiếm chác
Mười phương lếch thếch để van nài
Đến mùa trở lại lo vùi mặt
Xong vụ là đi vẫn ngửa tay
Quái đản Trời xanh cười méo miệng
Kiếp sau muốn thế lại như này.

*Bóng Tà Dương*


## ĂN MÀY GIẢ DẠNG

Tắc xi thả xuống một anh chàng
Lấm lét gầm cầu để hóa trang
Nhớt máy bột nâu bôi háng cẳng
Bông băng phẩm đỏ trét râu cằm
Bò chân lở lói gào thê thiết
Lết gối bầy nhầy khóc thảm vang
Ông Táo gần bên cười sặc sụa
Tết này tớ phải tấu Thiên Hoàng!

*Bóng Tà Dương*

## CỬU VẠN

Vạm vỡ, tráng cường nhập đạo quân
Chuyên nghề vận lực gánh, bưng, khuân
Tay mang thúng mủng không chê chối
Vai vác thùng bao chẳng ngại ngần
Bán sức mong tìm manh áo mặc
Vầy thân cầu độ miếng cơm ăn
Đầu trần nắng dãi, mồ hôi đổ
Phố chợ loanh quanh rắp giữ phần!

*Cao Bồi Già*




## THỢ ĐỤNG

Sáng sáng ngồi chong giữa chợ đời
Mong người gọi mướn, dạ mừng vui
Kéo xe, vác đất đều ưng việc
Đục đá, trèo non thảy nhận lời
Vắt sức mong cầm tờ bạc tốt
Vầy thân ước đổi chén cơm sôi
Đụng gì làm nấy, nghề là thế
Cố vượt canh bần, chẳng thể chơi.

*Cao Bồi Già*

## THỢ GẶT

Lúa vàng đã chín đẫy tròn bông
Thợ gặt hôm nay tựu xuống đồng
Thiếu nữ đưa liềm vơ xoẹt xoẹt
Thanh niên đặt lạt bó vòng vòng
Bầu trời gợn gợn vài mây trắng
Nón lá che che chút nắng hồng
Điệu lý câu hò vang vọng vút
Ngày mùa rộn rã khắp làng thôn.

*Bóng Tà Dương*


## THỢ CẤY

Một đàn con gái áo nâu sồng
Ríu rít trên bờ lúc chớm đông
Mạ ẵm trên tay nâng nựng nịu
Lưng gò dưới ruộng cấy lom khom
Ngay hàng tăm tắp như nan rổ
Thẳng lối đều đều tựa chấn song
Mới sáng trắng đồng chăm chỉ cúi
Chiều nay ruộng mạ đã xanh đồng.

*Bóng Tà Dương*

## CÔ HÀNG TRẦU CAU

Nhờ cô cưới hỏi, việc xuôi bon
Trầu thắm, cau xanh, nghĩa vợ chồng
Chục sắp lá ươm phô dáng ngọc
Một buồng trái trĩu kết nơ bông
Thêm đôi rượu quý, đầy say đắn
Kèm ký trà thơm, thỏa mặn nồng
Pháo nổ xưa kia nàng cũng có
Giờ thì hoa, thiệp, thảy bao luôn!

*Cao Bồi Già*

## CÔ HÀNG VÔI

Làn da trắng bạch tựa như vôi
Đúng chủ chuyên buôn món ấy rồi
Đây bột đóng bao về trộn quét
Này viên nguyên tảng tự ngâm tôi
A dao, màu sắc, tha hồ chọn
Chổi quét chà đinh thỏa sức mời
Nhà cũ muốn tươm mừng Tết mới
Viếng hàng em nhé, các anh ơi!

*Cao Bồi Già*

## BẮT CUA RỐC

Phận nghèo ra ruộng móc cua đồng
Tay xách cù nèo với giỏ hom
Một cán tầm vông tra lấy thẳng
Ba gang đũa sắt uốn cho vòng
Đêm xây lỗ khoét hang giao phối
Sáng đắp mà đùn động hợp hôn
Tai lắng nghe kêu mu lột sột
Kéo lên co quắp vợ cùng chồng.

*Bóng Tà Dương*


## XÀ ÍCH

Trông kìa xe ngựa thật là sang
Trướng phủ rèm che thật điệu đàng
Nhịp móng ngựa xuân đầy vững chãi
Dong cương người trẻ khá đường hoàng
Hài lòng du khách thăm sơn thủy
Vừa ý bộ hành viếng miếu lăng
Xà ích tôi đây mời quý vị
Cùng lên xe ngựa ngắm giang san.

*Bóng Tà Dương*

## CÂN SỨC KHỎE

Tôi đây lo lắng… sức toàn dân
Giữa chốn đông người đặt cái cân
Anh thiếu cân này nên đánh chén
Chị thừa ký đấy nhớ kiêng ăn
Ốm đau ắt khổ đừng quên khám
Sức khỏe là vàng cố phải chăm
Chớ ngại bước lên nào mấy phút
Năm ngàn chẳng đáng, khỏe châu thân!

*Cao Bồi Già*


## CHĂN VỊT

Khác nào vị tướng khiển ba quân
Lưng túi, tay cờ, sáng xuất quan
Phất lệnh cả đoàn đồng loạt tiến
Xách đầu một sĩ nhất tề tuân (*)
Sa trường bãi rạ, chân càn quét
Chiến địa đồng sâu, mỏ xỉa quần
Bóng xế nghiêm hô, điều động rút
Khải hoàn: càm cạp khúc ca vang.

*Cao Bồi Già*

(*) Người chăn vịt chỉ cần xách cổ 1 con đầu đàn đi trước, cả đoàn nhất tề theo sau.

## NÀI NGỰA

Chẳng cần tuyển dụng dáng to con
Nài ngựa kỳ tài phải tý hon
Thúc nách chiến binh đầu gối nhún
Cầm cương dũng sĩ nắm tay bon
Sơn hào chẳng dám e tăng mập
Hải vị đành chê bởi muốn thon
Nhịn uống nhịn ăn nghề bắt vậy
Nài đua ú nụ sớm đi đong.

*Bóng Tà Dương*


## LUYỆN VÕ

Tìm thầy học đạo suốt bao năm
Nếm mật nằm gai phải quyết tâm
Xuống tấn vững vàng như trụ thạch
Khinh công thanh thoát tựa chim bằng
Quyền tung ào ạt tường bay sập
Cước đá vèo vèo vách đổ tan
Chớ mắt không tròng mà vướng họa
Có ngày đo ván bởi cao nhân.

*Bóng Tà Dương*

## KẾT TRANH

Đồng cỏ tranh nào, mỗ cũng thăm
Cắt về phơi héo kết quanh năm
Chẻ tre nguyên cật đều đều bện
Kẹp cỏ từng đom gọn ghẽ đan
Lợp mái che mưa nơi mẹ nghỉ
Chắn tường tránh nắng chỗ em nằm
Nhà tranh mát rượi hương đồng nội
Thân thiết vùng quê khắp nước Nam.

*Cao Bồi Già*


## ĐAN LÁ

Tàu buông cắt sợi trắng phau phau
Tre chẻ làm sườn kết với nhau
Nên giỏ đủ hình thanh nhã lắm
Thành khay các dạng đẹp xinh sao
Xuất đi Âu, Mỹ, hàng không đủ
Bán mãi Nga, Hàn giá rất cao
Xỏ lá nghề đây, đời vẫn ghẹo
Làm ăn lương thiện chẳng chi rầu.

*Cao Bồi Già*

## SƠN ĐÔNG MÃI VÕ

Góc chợ xôn xao một đám vòng
Chen vào mới biết gánh Sơn Đông
Múa gươm loang loáng ngăn ngoại kích
Cử đỉnh khoan hòa vận nội công
Chồng gạch lao đầu anh đập vụn
Trói thừng ưỡn ngực lão gồng bung
Một cô rõ đẹp mời mua thuốc
Trợn mắt nghi ngờ có đúng không?

*Bóng Tà Dương*


## GÁNH XIẾC

Gánh xiếc về đây bán thuốc Tàu
Một vòng khán giả đứng chen nhau
Banh mồm để rắn ra đàng mũi
Hả miệng tra gươm xuống yết hầu
Gái khéo uốn xuôi nằm xếp túi
Trai hùng lộn ngược gót tung dao
Công phu tập luyện gò thân thể
Khí lực cao cường chẳng dễ đâu.

*Bóng Tà Dương*

## BÁC SĨ

Bác sĩ độ nhân khỏi phải bình
Là nghề cao cả được tôn vinh
Sờ gan, nghe phổi tìm phương thuốc
Nghiệm máu, đo tim đoán bệnh tình
Chữa kẻ yếu đau mau lại sức
Cứu người nguy cấp gấp hồi sinh
Trẻ con thấy bác là la khóc
Lại khoái chơi trò… giả khám tim!

*Cao Bồi Già*


## CHUYÊN VIÊN XÉT NGHIỆM

Tìm bệnh nhiều khi đến phát khùng
Chuyên viên giúp đỡ khỏi lùng nhùng
Xét phân phát hiện bầy giun sán
Thử máu tầm ra đám khuẩn trùng
Kết luận ông đây gan nhiễm mỡ
Đoán chừng chị nọ thận u ung
Giúp cho bác sĩ điều phương thuốc
Mới biết nghề ni chẳng phải thường!

*Cao Bồi Già*

## RẠP XIẾC

Vào xem rạp xiếc diễn nơi này
Lạnh gáy rùng mình lại thích ngay
Xếp tháp kép chồng người chất đống
Qua cầu đơn sợi chão giăng dài
Lộn nhào tới tấp như rồng cuốn
Tung hứng quay cuồng tựa phượng bay
Tuyển chọn đầu tư nhiều vật lực
Công phu biểu diễn nghệ nhân tài.

*Bóng Tà Dương*


## ẢO THUẬT

Lạ lùng kỹ xảo chuyện như mơ
Có hóa ra không thật sững sờ
Ánh lửa tàng hình bung bất chợt
Bồ câu xuất hiện vỗ vô tư
Cưa mình chú bé môi bình thản
Đổi áo cô nàng mặt tỉnh bơ
Chuyện thật như đùa đâu biết trước
Nhanh tay lẹ mắt mấy ai ngờ.

*Bóng Tà Dương*

## ÉP KIM

Lịch lốc có bìa chữ loáng loang
Nhờ đây ép nhũ thật là sang
Khuôn đồng chạm khắc, đường tinh xảo
Máy ép tì đè, nhiệt nóng rang
Giấy nhũ ăn hơi, bong ngọt xớt
Nền hàng dính ánh, sắc vô vàn
Kim vàng, nhũ bạc hay hồng tía
Lên giấy hay da đẹp khỏi bàn.

*Cao Bồi Già*


## ÉP PLASTIC GIẤY TỜ

Giấy tờ quan trọng muốn bền lâu
Mỗ ép yên tâm khỏi nát nhàu
Hai lớp ny lông bao kín kẽ
Mấy đường bàn ủi dính keo nhau
Chơi sang nhựa cứng lồng trong suốt
Làm đẹp ru lô cán láng làu
Góc phố ai cần xin cứ tới
Tui xin phục vụ mọi nhu cầu.

*Cao Bồi Già*

## MA XƠ THIỆN NGUYỆN

Một đời nguyện hiến đấng siêu nhiên
Vui vẻ Ma Xơ chẳng não phiền
Hết sức ân cần điều khổ ải
Tận tình an ủi nỗi oan khiên
Tật nguyền nâng đỡ không sao nhãng
Què quặt nâng dìu chẳng bỏ quên
Nhân ái làm đầu đời nữ tử
Ngàn kinh khó sánh việc ngay hiền.

*Bóng Tà Dương*

## NI CÔ

Ngày xưa người nữ quyết đi tu
Muốn rũ truân chuyên kiếp mịt mù
Khoác áo nâu sồng xa náo nhiệt
Tìm am thanh vắng sống riêng tư
Lời kinh dẫn trí vào trầm mặc
Tiếng mõ chiêu hồn đến cõi hư
Xa lánh phồn hoa đời bể khổ
Chọn đàng thoát tục chốn thâm u.

*Bóng Tà Dương*

## GÁNH THỊT QUAY

Heo quay ngộ gánh pán hằng ngày
Quen mặt pà con hết ở lây
Một gánh đòn tre giang sớm lắm
Hai mâm gỗ thịt thực ngon thay
Cân ngay không sợ gian hao hụt
Lồng kín đừng lo bụi bám vầy
Thịt ngộ vừa dòn vừa béo ngậy
Nị mà ăn thử sẽ tin ngay!

*Cao Bồi Già*

## THỢ LÒ

Nghề ngộ chuyên "li lắp" dựng lò (*)
Nấu đường, nung gốm, lửa ro ro
Đất bùn keo kết chi li trộn
Ống khói luồng thông chính xác đo
Chảo đặt ngay tầm hơi nóng tới
Cửa vào đúng hướng gió ăn no
Lại còn tiết kiệm nguyên nhiên liệu
Hiệu suất trăm phần, ắt lãi to!

*Cao Bồi Già*

(*) đi đắp: thợ người Hoa nên phát âm thành "li lắp".

## THUỐC NAM

Chín bậc phù đồ nếu dựng xây
Không bằng làm phúc cứu người đây
Lá hoa hữu ý đừng xem dở
Gốc rễ vô tình lại rất hay
Tìm kiếm xa đâu ngay trước mặt
Truy tầm gần đó sát bên tay
Thiên nhiên ưu đãi nhiều phương thuốc
Ngoại quốc ngành y phải bó tay.

*Bóng Tà Dương*

## DẬM CÙ BẮT CHUỘT

Um tùm đám lác mọc quây khu
Í ới gọi nhau đến dậm cù
Lồng sắt bên hông khua lách cách
Chó săn inh ỏi sủa gầm gừ
Vòng tròn khép lại nhanh dần xiết
Trôn ốc vây vào gấp xoáy thu
Lưới úp trên đầu thôi đố sót
Thử nào tẩu thoát cẩu bay vồ.

*Bóng Tà Dương*

## VÁ DÉP NHỰA

Cái thời gian khó phát sinh ra
Dép đứt thì đem tớ sửa nha
Một bếp than hồng hừng sức nướng
Một que đồng nóng khéo tay xoa
Hàn quai thật chắc thong dong xỏ
Đắp đế cho bằng tiếp tục tha
Chớ bỏ đi mà ôi phí lắm
Đời ta đời nó chẳng hề xa!

*Cao Bồi Già*


## LƯỢM BỌC

Tay này móc sắt, nọ tay bao
Khắp chốn moi tìm thật mệt sao
Bãi rác chiều hôm hòng xẻ mảnh
Hè đường sáng sớm cũng giành nhau
Bữa may ấm dạ thì chăng chớ
Ngày vận meo lòng có lạ đâu
Số phận hẩm hiu nơi góc vắng
Ngước lên cao cõi mãi thầm cầu.

*Cao Bồi Già*

## GIÁO DỤC

Trăm năm lợi ích phải trồng người
Uốn nắn chuyên chăm đến với đời
Cấy trí trẻ thơ không lúc nghỉ
Gieo hồn niên thiếu chẳng giờ ngơi
Chen vai bốn biển vinh tổ quốc
Sát cánh năm châu rạng giống nòi
Ôi rất cao thay nghề giáo dục
Thực hành thiên chức thật tinh khôi.

*Bóng Tà Dương*


## BÁC SĨ

Bao năm đèn sách một manh bằng
Y đức đây còn một chữ tâm
Chẩn đoán căn nguyên không cẩu thả
Kê đơn tình huống chẳng sai lầm
Điều hành sắp việc luôn chu đáo
Chỉ đạo phân công phải gọn gàng
Thề với lòng son câu độ thế
Vinh hoa nhẹ hẫng chẳng vương màng.

*Bóng Tà Dương*

## NGHỀ KHẮC DẤU

Nếu cần khắc dấu chớ phân vân
Hãy đến ngay tôi chớ ngại ngần
Chụp bản thấu quang ngay chuẩn gốc
Tạo phim vi tính sắc từng phân
Dấu đồng ngâm chất ăn mòn lẹ
Triện gỗ cho dao xoáy gặm dần
Giờ có "Xi en xi" chạy nữa (*)
Chữ nào chữ nấy đẹp muôn phần.

*Cao Bồi Già*

(*) Xi En Xi: máy CNC khắc chữ vi tính.


## IN LỤA

Với lụa nhiều khung thật mịn căng
Tôi in đủ loại đẹp vô vàn
Thoa keo nhạy sáng đều màng vải
Chụp bản từ phim dưới ánh quang
Đổ mực vào khuôn tùy mẫu sắc
Kéo dao đẩy gạt xuống từng trang
Mấy màu tùy thích in lần lượt
Sản phẩm ra lò rõ thật nhanh.

*Cao Bồi Già*

## HƯỚNG DẪN VIÊN DU LỊCH

Trên chuyến xe bon chở lữ hành
Có người hướng dẫn rất tinh nhanh
Gọn gàng tế nhị lời êm ái
Khéo léo khôi hài tiếng vút thanh
Mỗi chặng xe qua bàn lịch sử
Từng đường khách đến luận thời danh
Hồn xưa sống dậy cùng sông núi
Ôn cố tri tân rõ ngọn ngành.

*Bóng Tà Dương*




## NHU ĐẠO

Lấy mềm trị cứng chuyện xưa nay
Võ thuật dùng nhu khéo việc này
Uyển chuyển ra đòn phòng ngự đó
Nhẹ nhàng vào thế khắc tinh đây
Kềnh càng ập tới đành văng xác
Lực lưỡng xông vào bị vặn tay
Sức yếu mảnh mai chăm chỉ luyện
Đề phòng những lúc gặp không may.

*Bóng Tà Dương*

## CÂN VÀNH

Ấy mỗ chuyên nghề nghiệp rút căm
Niềng cong, vành méo sửa tròn tăm
Xiết căng hết đũa cho đều thẳng
Nhả lỏng tùy cây để lấy cân
Đục bỏ đầu dư ngừa thủng lốp
Dũa bằng chân ốc tránh đâm săm
Thử quay mù tít không hề đảo
Xe khách giờ thì nhẹ bánh lăn.

*Cao Bồi Già*


## THỢ BƠM VÁ

Ra ngồi bên phố ngắm xe ngang
Bơm vá cho ai bị xẹp vành
Tìm lỗ xăm soi, dìm chậu nước
Chà săm dán ép, thổi hơi căng
Giúp người lỡ bộ mau thông suốt
Nhờ khách hồi công cũng sống quàng
Đinh tặc, không chơi… trò bất hảo!
Khó khăn vẫn sống rõ đàng hoàng.

*Cao Bồi Già*

## HIỆP KHÍ ĐẠO

Hung hãn ào ào ập tới đây
Nhẹ nhàng phản kích ngã lăn quay
Nương đà lửa bốc nâng cao hất
Tựa điểm sông trào hạ gục ngay
Hai lối vòng tròn hay trực thẳng
Một lèo chúi nhủi hoặc xa bay
Dùng mềm thắng cứng không chi khó
Dịu hạ hung tàn nhẹ tựa mây.

*Bóng Tà Dương*


## QUYỀN ANH

Đấm bốc bên Tây luật kỹ càng
Hai người giao đấu phải đeo găng
Ra đòn chỗ kỵ trừ công bớt
Thế đánh đường thông cộng điểm tăng
Hô miệng trọng tài phân chính xác
Vỗ tay khán giả phục tài năng
Tinh thần mã thượng người cao thủ
Đo ván không thù vẫn hỷ hoan.

*Bóng Tà Dương*

## RỬA XE

Xe bẩn mời anh ghé cửa hàng
Tôi làm chẳng mất mấy thời gian
Xịt vòi nước mạnh trôi nhanh chóng
Nhúng giẻ xà bông xát kỹ càng
Bóng lộn màu sơn trông sáng sáng
Sạch tươm đất cát ngắm choang choang
Ô tô, gắn máy đây bao hết
Đông đảo nhân viên rất sẵn sàng.

*Cao Bồi Già*


## DẬP NẮP PHÉNG

Chuyên nghề nắp phéng mỗ gia công
Máy dập xoay tròn lóc cóc luôn
Tôn lá cắt tròn thành cắc phẳng
Đồng tiền ép cạnh dựng chân cong
Đến khâu cấn nhún hình ngay chuẩn
Qua đoạn xi màu đẹp láng boong
Xá xị, cô ca khui mát họng
Thành tiền chơi đáo đám trai non.

*Cao Bồi Già*

## TÚC CẦU GIAO HỮU

Mười một tài năng đội túc cầu
Tranh hùng nở mặt với năm châu
Quân nhà nhỏ bé không nao núng
Đối thủ to bè chẳng ngán đâu
Chiến thuật tấn công sau với trước
Đội hình thủ thế thấp cùng cao
Ra quân khí thế đâu cần thắng
Kết quả ngang hòa thật khít khao.

*Bóng Tà Dương*


## BÓNG CHUYỀN

Cầu thủ sáu người đứng mỗi bên
Trẻ trung mạnh mẽ dáng lênh khênh
Hai ô đối xứng phân đôi phía
Bốn góc chia đều vẽ vạch lên
Tung hứng nâng cao nhồi xoáy thẳng
So kè đập dụi đỡ xoay nghiêng
Nghề chơi cũng lắm công phu đấy
Khán giả hoan hô đội bóng chuyền.

*Bóng Tà Dương*

## THÔNG DỊCH VIÊN

Là người làm kết nối trung gian
Các sếp giờ đây rất rất cần
Ông nói, dịch lời cho khách hiểu
Khách phôn, chuyển ý để ông bàn
Hàng rào ngôn ngữ không ngăn cách
Trở ngại đàm lưu đã hóa gần
Hội nhập đông tây nghề cũng hót
Thanh kìu, gút lắc… sống ngon lành.

*Cao Bồi Già*

## THƯ KÝ

Phụ Sếp mọi bề tựa cánh tay
Linh tinh đủ việc tháng qua ngày
Soạn thư chuyển fax cùng sưu lục
Đánh máy trình thư lẫn giải bày
Nhắc nhở lịch công không thiếu sót
Cất lưu văn bản giữ nghiêm đầy
Chuyện to việc bé đều chăm kỹ
Chủ hỏi điều gì đáp được ngay!

*Cao Bồi Già*

## ĐÔ VẬT

Hai người đóng khố dáng như vâm
Thủ thế lom lom mắt định thần
Chớp mắt ra đòn vồ vặn nghiến
Nhanh tay vào thế quật đè lăn
Tranh hùng một hiệp cho minh bạch
Thử sức đôi đàng thật định phân
Quá khổ to bè mà dũng mãnh
Su - mô tập luyện phải chăng nhàn?

*Bóng Tà Dương*


## BƠI LỘI

Một đàn tuyển thủ đứng nghe hô
Nhất loạt tung thân nhảy xuống hồ
Nước réo ầm ì đường rái cá
Sóng trào tung tóe lối kình ngư
Chân nhoài đạp đẩy lao về đích
Tay sải trườn vung phóng đến bờ
Khán giả đón chào người kỷ lục
Yết Kiêu sống lại cũng reo hò.

*Bóng Tà Dương*

## THỢ UỐN TÓC

Chị muốn đầu quăn cứ đến tôi
Còn em thích duỗi, dễ ngay thôi
Bới bồng, đuôi cá theo theo mốt
Cắt ngắn, đầu lân hợp hợp thời
Chải thuốc ủ hơi, làn suối mượt
Úp nồi sấy điện, sóng mây trôi
Dung nhan tươi mới xinh xinh hẳn
Lắm chị chồng khen, toét… miệng cười!

*Cao Bồi Già*


## THỢ THÊU

Thoăn thoắt đan xen sợi chỉ màu
Từng đường kim lượn diệu kỳ sao
Mai, Lan, Cúc, Trúc như vươn nở
Rồng, Phượng, Lân, Ly tựa uốn nhào
Tà áo lung linh phô nghệ tuyệt
Bức tranh sống động rõ tài cao
Khung thêu thực sự là sân khấu
Thuật sĩ tay vàng múa mũi khâu.

*Cao Bồi Già*

## BÓNG BÀN

Trái bóng ping pong tợ trứng gà
Theo đường vợt gỗ vút sao sa
Tay nhanh tựa điện vù bay tới
Mắt sáng hơn đèn chớp thoáng qua
Bỏ nhỏ lừng khừng lừa chúi nhủi
Đường tiu gấp rút phóng văng xa
Dẻo dai tập luyện công phu lắm
Cao thủ nhà nghề chẳng dễ a!

*Bóng Tà Dương*


## LÚA ĐỒI

Sơn cước Tây Nguyên cấy lúa đồi
Du canh chọn đất dựng sơ chòi
Phát hoang gai góc thu từng đám
Chặt bụi um tùm dọn mỗi nơi
Kẻ mói lỗ chờ mau gió chuyển
Người gieo hạt đợi sớm mưa rơi
Quên đi sáu tháng quay về lại
Lúa đã vàng ươm đợi gặt rồi.

*Bóng Tà Dương*

## CÔ HÀNG THỊT

Cô nàng tay thớt với tay dao
Miệng nhoẻn cười duyên ngọt tiếng chào
Pha thịt thật nghề siêu đẳng pháp
Lừa xương rõ điệu tuyệt chiêu đao
Thừa "lòng" đánh tiếng còn chờ đấy
Sẵn "thủ" làm mai hãy giúp nào…
Ba chỉ, tim, gan giò với cật
Hầu chàng xoay đủ món sơn hào…

*Cao Bồi Già*


## CÔ HÀNG CÁ

Chạy chợ cô em dậy sớm hôm
Mở hàng bán đắt cứ như tôm
Mời chào: Kho tộ gì hơn Bống
Gợi ý: Chiên dòn tuyệt nhất Cơm
Đời những thị phi: Lời thác lác
Người thì nặng tiếng: Miệng thờn bơn
Nếu thương quân tử… đừng soi lỗi
Vui vẻ em đây chẳng kém… dòn!

*Cao Bồi Già*

## MÚA LÂN

Inh ỏi lân sư một góc trời
Một đàn niên thiếu nhảy loi choi
Thanh la cheng chập không giây nghỉ
Trống phách thùng thình chẳng phút ngơi
Mặt nạ tô tô dường muốn tếu
Hình nhân trét trét tưởng như cười
Ngày vui lễ hội du xuân đó
Phần thưởng tiền bo cũng có lời.

*Bóng Tà Dương*

## ĐÀO AO

Muốn đời sung túc cứ đào ao
Vốn liếng ban đầu dẫu có hao
Dưới nước trắng ngần bèo lãng đãng
Trên bờ xanh ngắt lá xôn xao
Tôm dòng trồng trộng đưa ngay xuống
Cá giống loai xoai thả gấp vào
Đợi đến sang năm thu thủy sản
Chà chà dư vốn khoái làm sao!

*Bóng Tà Dương*

## Y TÁ

Một tay ống chích một tay bông
Cắm phát kim nằm lút giữa mông
Phát thuốc theo toa căn dặn kỹ
Thay băng y lệnh gọn gàng xong
Vừa đo huyết áp xem cao thấp
Lại hỏi bệnh tình có ổn không
Bác sĩ luôn cần người phụ tá
Bằng không cũng chịu, đứng mà… trông!

*Cao Bồi Già*

## HỘ LÝ

Đồng phục khẩu trang mỗi sớm hôm
Chia cùng bệnh viện việc vuông tròn
Lom khom quét dọn phòng tươm tất
Lúi húi lau chùi gạch sáng boong
Đổi áo thay ga gom giặt giũ
Đưa người chuyển bệnh khám chuyên môn
Chị em hộ lý âm thầm thế
Nhưng vắng thì muôn nỗi khổ dồn!

*Cao Bồi Già*

## TRUYỀN THẦN

Nhìn xem bức họa ảnh truyền thần
Đen trắng hai màu đối xứng cân
Đậm nhạt lắng sâu bày khí sắc
Rõ mờ tinh tế lộ dung nhan
Tưởng môi mấp máy như mây lộng
Ngỡ mắt lung linh tựa suối tràn
Phong thái nhập vào luôn sống động
Hình hài còn đó với nhân gian.

*Bóng Tà Dương*


## HỌA SĨ

Họa sĩ ngồi trên bãi cỏ xanh
Thu hồn sông núi nhập vào tranh
Mảng màu chấm phá đưa đưa tới
Nét cọ tô bồi điểm điểm quanh
Mây nước trùng trùng lồng diễm lệ
Núi đồi điệp điệp hiện long lanh
Sơn hà cẩm tú đồng thu lại
Một bức đồ thư đã tựu thành.

*Bóng Tà Dương*

## TIỆM CẦM ĐỒ

Ai cần chút bạc vượt khi nan
Cứ đến hàng cô gửi thế chân
Gắn máy giấy tờ gìn suốt tháng
Đồng hồ nhẫn lắc nhận quanh năm
Khách quen lui tới, anh cờ bạc
Người vãng vào ra, kẻ khó hàn
Lãi suất cò cưa luôn thoải mái
Cầm đồ quen tiếng giới bình dân.

*Cao Bồi Già*


## CHỦ HÀNG CỜ TÂY

Mỗ đây chủ quán bán "cờ tây"
Chín món mời huynh, tiệc nhậu bày
Lá lốt thơm lừng trôi rượu đắng
Xào lăn béo ngậy ngấm men cay
Mắm tôm, giềng củ đầy chiêu thức
Đa nướng, mơ xanh đủ lệ bài
Rựa mận, chả chìa chờ tiếp ứng
Công phu cũng lắm cái nghề này!

*Cao Bồi Già*

## XÍCH LÔ

Xích lô nghiệp dĩ vã mồ hôi
Cuộc sống lo toan mệt rã rời
Sáng sớm bần thần đưa khách khổ
Chiều tà vội vã chở người vui
Bát cơm trộn lẫn mồ hôi đổ
Chén rượu hòa cùng nước mắt trôi
Trời hỡi bao giờ ông mới thấu?
Cơ cùng túng cực lúc nào thôi!

*Bóng Tà Dương*


## THỢ KIM HOÀN

Nghề chi tinh xảo thợ kim hoàn
Vàng bạc làm ra mọi nữ trang
Nạp khí khò hơi nung chất liệu
Phân kim thổi lửa nhúng cường toan
Tay nhuần khéo léo gò hình phượng
Mắt sáng tinh tường tạo dáng loan
Hợp ý các bà cô quý phái
Khen lao tấm tắc thợ chu toàn.

*Bóng Tà Dương*

## THỢ VÔ TUYẾN

Sơ đồ vi mạch đọc hồi lâu
Cây súng hàn chì chấm chấm mau
Điện trở vạch màu tra tắp tắp
Ai xi chân cẳng nối làu làu (*)
Âm thanh trầm bổng cân thanh thoát
Hình ảnh tươi xinh chỉnh mịn màu
Khối óc bàn tay dò lỗi hỏng
Bắt từng linh kiện phải quy chào!

*Cao Bồi Già*

(*) Ai xi: IC


## THỢ HÀN

Đom đóm to chi sáng lập lòe
Ngắm nhìn giây lát mắt hoen hoe
Dựng rào sóng lượn, vây thoáng quá
Lắp cửa hoa cành, ghép chắc ghê
Xe cộ gãy càng xì chạy tiếp
Thùng xô lủng lỗ vá xài phê
Chơi luôn gió đá cùng hàn điện
Mỗ đã xòe xòe đố kẻ chê!

*Cao Bồi Già*

## CỬA HÀNG VÀNG BẠC

Chóa mắt vào đây tiệm bạc vàng
Kinh doanh mua bán mặt thời trang
Cân đo trọng lượng ngay nghiêm chỉnh
Định tuổi ca ra thật rõ ràng
Sắm của hồi môn không áy náy
Mua đồ tích trữ cứ tâm an
Bao nhiêu trang sức đây đều có
Quý khách lo chi chớ ngại ngần.

*Bóng Tà Dương*


## NGHỀ TẰM

Con ngài chuyển dạ đẻ vòng tròn
Trứng nở ra tằm bé tí hon
Kéo kén ruột dầy xanh chất lượng
Nhả tơ sợi mảnh trắng tinh ròng
Đun sôi nhộng luộc không đơn việc
Để nguội tơ guồng thật kép công
Tấm áo quý nương tuy đẹp đẽ
Khi làm cực nhọc biết hay không?

*Bóng Tà Dương*

## DỆT VẢI THUNG

Một cỗ máy tròn đứng sững cao
Xoay đều rèn rẹt tiếng lao xao
Hàng kim trăm mũi đâm xâu lẹ
Dàn ống đầy tơ tuốt nhả ào
Trục vải to dần quay dưới đế
Ánh đèn sáng quắc rọi tìm sao
Qua khâu nhuộm nữa là hoàn tất
Mời thợ may mua sản xuất nào.

*Cao Bồi Già*


## ĐAN LEN MÁY

Xoèn xoẹt tay đùa máy dệt len
Dàn kim trăm mũi nối đan xen
Đẩy qua kéo lại thân thành tấm
Thụt móc thò lôi sợi kết liên
Yếm trước vạt sau em đính lại
Ống tay viền cổ chị khâu liền
Nên hình áo ấm cho ai mặc
Chống lạnh mùa đông khắp mọi miền.

*Cao Bồi Già*

## NGHỀ TẶC

Nghề tặc xem ra thật bất nhân
Cùng hung cực ác đứa tàn tâm
Trên không uy hiếp đòi tiền của
Dưới biển hành hung hỏi bạc vàng
Xe chạy trên đường xông tới chặn
Thuyền đi dưới nước xáp vô càn
Và bao nhiêu tặc đang nhen nhúm
Tống hết vào tù chớ khóc than.

*Bóng Tà Dương*

## NGHỀ MÒ XÁC

Chẳng quần chẳng áo chẳng bình hơi
Nào có bon chen chút lãi lời
Kiếm kẻ đen phần nơi vũng xoáy
Tìm người bạc mệnh chốn dòng trôi
Trương phình thi thể người chê sống
Co quắp hình nhân kẻ chán đời
Công đó tùy tâm nào trả giá
Miễn rằng thanh thản kẻ hồn xuôi.

*Bóng Tà Dương*

## CẦU THỦ BÓNG ĐÁ

Quần đùi áo số với banh da
Chạy nhảy rê lừa xoạc cẳng ra
Lắt léo phá vây muôn kẻ khoái
Xuất thần tung lưới vạn người la
Hạn đen, thương tích thì hưu sớm
Vận đỏ, vinh quang cũng sướng là
Ngắn ngủi ít năm thành lão tướng
May còn dăm "cụ" hóa… chuyên gia.

*Cao Bồi Già*


## NGHỀ VÕ

Thủ pháp nhẹ rơi tựa lá vàng
Đi quyền như vũ khắp quanh sân
Khuỳnh chân xuống tấn thân tôi thép
Trở bộ tung đòn cước cực nhanh
Rèn thế dự phòng thời tự vệ
Lên đài thi đấu gặt vinh quang
Ngày ngày luyện tập cho thăng tiến
Thân thể sinh cường trí mạnh an.

*Cao Bồi Già*

## NGƯỜI NHÁI

Kính ngầm chân vịt với bình hơi
Lặn lội tung hoành chốn biển khơi
Bạch tuộc ngại ngùng ai đó viếng!
San hô bỡ ngỡ khách chi mời!
Điều tra đảo nổi bao nhiêu điểm
Báo cáo hang ngầm khắp mọi nơi
Khảo sát ghi hình thu kết quả
Giúp nhà khoa học giải trình vui.

*Bóng Tà Dương*

## VÕ RỪNG

Vào rừng nguy hiểm phải kiêng dè
Thú dữ nhiều loài thật gớm ghê
Khỉ đột - hùm - voi luôn hậm hực
Đười ươi - rắn - báo cứ gằm ghè
Đánh lừa, thủ thế nên tinh luyện
Lảng tránh, công kiên phải học nghề
Mỗi loại mỗi chiêu nhằm khắc phục
Ra đi há dễ lại không về!

*Bóng Tà Dương*

## CÔ HÀNG BÁNH BAO

Xinh xinh người đẹp dáng thanh tao
Bên phố cô hàng bán bánh bao
Nóng hổi hơi khiêu, gây bụng đói
Trắng phau mời mọc, khiến lòng cào
Khách mua hai cái, câu châm chọc
Nàng đáp đôi lời giọng trả treo
Qua lại mỗi ngày ngang chốn ấy
Đôi chân dưng cứ tự... lê vào!

*Cao Bồi Già*


## CÔ HÀNG BÁNH MÌ

Cô hàng phục vụ rất chi li
Đủ món nhồi nhân chẳng thiếu chi
Xúc xích dăm bông cùng cá hộp
Ốp la chả lụa cả nem bì
Dưa leo thanh mát răng rau ráu
Ớt hiểm cay xè lưỡi xuýt xi
Một ổ ăn xong còn đói mắt
Gặm hoài chẳng ngán tị tì ti!

*Cao Bồi Già*

## NUNG GẠCH

Đất sét làm thành cục gạch hung
Kể từ đào đất đến khi nung
Vào khuôn thật khéo ngay theo mẫu
Cắt cữ cho đều đúng với khung
Cục nọ cục kia luôn sắc thẳng
Viên nào viên nấy chẳng vênh cong
Việc này nặng nhọc luôn bưng vác
Biết việc thì làm chứ chẳng ưng.

*Bóng Tà Dương*


## ĐOÀN MÚA

Sân khấu rền vang tiếng ngợp trời
Một đoàn nghệ thuật múa mê tơi
Dịu dàng sông nước lăn tăn gợn
Uyển chuyển mây trời lãng đãng trôi
Chân bước nhịp nhàng cung lả lướt
Tay vờn tha thiết điệu chơi vơi
Tâm tình biểu lộ từng thao tác
Hình ảnh dư âm đọng mỗi người.

*Bóng Tà Dương*

## THỢ BỌC NỆM

Khéo léo tài năng đủ mười phần
Một người kiêm cả mấy nghề luôn
Cắt may lớp áo vừa ôm khít
Đệm lót khung sườn thật vững thân
Đóng ghế sa lông êm lại đẹp
Làm yên xe cộ mướt cùng sang
Bao nhiêu kiểu cọ đều theo hết
Hãy đến thăm đây nếu khách cần.

*Cao Bồi Già*


## THỢ ĐÓNG GIẦY

Đây giầy mỗ đóng bóng màu xi
Thoải mái cho người mỗi bước đi
Vẽ khổ bàn chân luôn cẩn thận
Đo vòng mu yếm thật chi li
Chọn khuôn bọc mũ ôm vừa khít
Gọt đế luồn kim xiết chắc chi
Bền bỉ dặm đường không bó chật
Ai cần cứ đến chớ khoan trì.

*Cao Bồi Già*

## TRƯỢT BĂNG NGHỆ THUẬT

Nghệ thuật trượt băng thấy phát thèm
Lao mình vun vút tựa lằn tên
Song hành cặp bóng nhanh nhanh quấn
Đối xứng đôi hình bước bước xen
Uốn lượn như rồng vờn ngả ngớn
Xoay vòng tựa phượng múa chao nghiêng
Mới hay thủ pháp tài tình quá
Khán giả trầm trồ nhớ chẳng quên.

*Bóng Tà Dương*


## KÈN NAM

Não nùng đêm vắng tiếng kèn Nam
Chắc hẳn nơi này có đám tang
Khóc mướn đau lòng mà thảm thiết
Thương vay đứt ruột lại buồn than
Con côi thoát phận, Ồ thong thả!
Mẹ góa yên đời, Ố rảnh rang!
Có phải đội kèn chia cảnh ngộ
Mà hay nghề nghiệp bắt ta làm?

*Bóng Tà Dương*

## SẢN XUẤT XÀ BÔNG

Sản xuất xà bông nghiệp của tôi
Để cung cho hết thảy người người
Cân dầu đúng lượng, xoay đều khuấy
Trộn "sút" vừa liều tức khắc sôi
Thêm chút hương thơm gây cảm nữa
Đổ ngay khuôn đúc kết hình thôi
Ghẻ ngứa mùi hôi tiêu diệt hết
Tắm rửa thơm tho thật sướng đời.

*Cao Bồi Già*


## SẢN XUẤT NƯỚC JAVEL

Mỗi khi quần áo bẩn đen xì
Sản phẩm tôi làm lợi hại chi
Một chậu điện phân bằng nhựa dẻo
Hai cây đối cực gốc than chì
Đổ đầy nước muối màu trong vắt
Đấu nối dòng hơi bọt nổi phì
Mùi bốc lên kìa hăng mũi quá
Xong rồi mời bạn thử ngay đi!

*Cao Bồi Già*

## TRỒNG ĐAY

Như nghề lúa nước lúc trồng đay
Vãi hạt mầm kia xuống ruộng dầy
Ba tháng cắt thân ngâm ủ nước
Hai tuần vớt xác tróc bong cây
Lột xương bỏ ruột gom quăng đó
Cạo vỏ thu da bó cất ngay
Chiếu, võng, dây thừng từ nó cả
Nhớ về nạn đói lại lòng cay. (*)

*Bóng Tà Dương*

*(\*) Năm 1945, Phát xít Nhật bắt dân phá lúa trồng đay, gây nên trận đói kinh hoàng chết trên triệu dân.*


## HÀNG BÁNH ƯỚT

Hàng tôi bánh ướt nhất nơi này
Nóng sốt coi nè mới tráng đây!
Rau ghém nem chua kèm đã đặt
Chả chiên thịt nướng sẵn đang bày
Hài lòng độc đáo hương cà cuống
Thấm ý ngon lành vị ớt cay
No bụng còn thèm xơi đĩa nữa
Sáng mai khách nhé đến nơi này!

*Bóng Tà Dương*

## THỢ BÁNH MÌ

Sáng mờ đã phải lật đôi mi
Sản xuất hàng trăm ổ bánh mì
Nhào bột ủ men thời chốc lát
Nắn hình đút nướng nhiệt âm i
Hương nồng thơm phức ngon mồm quá
Bánh nở vàng ươm sướng mắt chi
Thỏa dạ bao người xong bữa sáng
Trưa ngơi thẳng giấc ngáy vui khì.

*Cao Bồi Già*


## THỢ SƠN NƯỚC

Ngôi nhà tươi đẹp mới màu sơn
Công sức tôi đây cả tháng tròn
Bột trét phủ đều keo kết chặt
Nhám chùi xoa phẳng mịn màng trơn
Quét qua lớp lót màu phôi nhã
Lăn kỹ bề ngoài sắc đẹp tôn
Ngửa cổ leo trèo không ngán ngại
Mỗ làm nhà cũ sáng tươm hơn.

*Cao Bồi Già*

## LÒ ĐƯỜNG

Núi mía thu mua đã đến lò
Cán xay nguyên chất nấu từng lô
Động cơ quán tính cô phèn ép
Máy móc ly tâm chắt mật rò
Đóng bánh nâu ngà người thích thú
Kết tinh trắng muốt khách trầm trồ
Nếm vào ngọt lịm thanh đường lưỡi
Công đoạn làm ra thật khó ngờ.

*Bóng Tà Dương*


## PHU CAO SU

Thế kỷ trước này mộ thợ phu
Đồn điền tập hợp cấy cao su
Ngay hàng xuống giống dài bao dặm
Thẳng lối ươm mầm rộng mấy lô
Chướng khí thương hàn đau dẫy giụa
Nghịch mùa sốt rét bệnh co ro
Bao giờ cây mới hòng cho nhựa?
Đời thợ cơ cùng cạn máu khô.

*Bóng Tà Dương*

## CHUYÊN GIA TÂM LÝ

Rắc rối cuộc đời muốn cậy trông
Chuyên gia tư vấn gỡ tơ lòng
Suy tìm duyên cớ gây phiền muộn
Phân tích nguyên nhân tạo rối bòng
An ủi kẻ lo qua ải khó
Chỉ đường người khổ vượt cơn giông
Vạch ra lẽ sống cho bao khách
Giúp đỡ hồn ai lại ấm nồng!

*Cao Bồi Già*


## KẾ TOÁN

Cơ sở kinh doanh rất rất cần
Những người kế toán giỏi và chăm
Thu chi tỉ mỉ ghi tường tận
Lời lỗ phân minh báo rõ ràng
Mỗi số ngay boong so chẳng trật
Từng trang chính xác tổng luôn cân
Giải trình báo cáo cùng khai thuế
Khuất tất mưu mô quyết chẳng màng.

*Cao Bồi Già*

## THỢ CẠO MỦ

Khoanh vòng rạch cạo vỏ cao su
Nhựa trắng tươm ra chảy xuống tô
Sáng đến gom chung chờ tích góp
Chiều về xếp đống đợi phân thu
Độc hơi ẩn núp rình xâm nhập
Tà khí lan tràn chực xáp vô
Chế biến làm ra nhiều sảm phẩm
Chỉ người thợ mủ rũ xương khô.

*Bóng Tà Dương*


## TRỒNG BÔNG VẢI

Thổ nhưỡng quê ta hợp cấy bông
Bốn mùa thu hoạch dễ như không
Tưới tiêu đẫm đụa nhưng đừng úng
Xới xáo tơi đều lại chớ bong
Bứng ngọn ngay thời non đã đủ
Thu hoa đúng điểm chín vừa xong
Bao nhiêu tiện lợi từ bông vải
Quần áo đồ dùng mọi ích công.

*Bóng Tà Dương*

**CÔ HÀNG BÁNH BÈO**

Cô mở lời mời khéo khéo ghê
Không vào lại chuốc tiếng keo ghê
Một mâm bánh trắng trông ngon lạ
Mấy đĩa thịt tăm nghĩa tuyệt ghê
Tôm bột đỏ hồng khiêu đói quá
Đậu xanh bùi ngậy muốn ăn ghê
Ồ sao nàng hệt chang hình bánh
Vừa trắng vừa tròn giống giống ghê.

*Cao Bồi Già*


**CÔ HÀNG KHOAI**

Ra phố cô buôn đặc sản làng
Đường to ngõ hẹp gánh khoai lang
Than nung thơm nức đưa mời mũi
Trấu ủ hơi nồng gợi ấm răng
Giọng ngọt khéo rao người thử nếm
Miệng cười duyên khiến khách năng ăn
Bước thanh đều nhịp đôi quang gánh
Đôi bận ăn quen bỗng… nhớ nàng!

*Cao Bồi Già*

## LÒ BÚN

Gạo tẻ làm ra sợi bún xinh
Bao nhiêu công đoạn mới nên hình
Từ xay vật dạng viên mềm nhuyễn
Đến ép nhồi hình sợi mỏng tanh
Khởi sự nhiêu khê nhiều phức tạp
Hoàn thành đòi hỏi lắm linh tinh
Ăn vào có nhớ người làm nó
Chế biến thơm ngon ẩm thực sành.

*Bóng Tà Dương*


## BÓ CHỔI RƠM

Rơm nếp bỏ đi phí của Giời
Nhặt liền bó chổi quét nhà thôi
Dăm đon ngay ngắn quây từng cặp
Mấy búng đồng đều kết mảng đôi
Lấy cọng làm thừng ken rõ chặt
Dùng tre đóng nõ chắc không rời
Cửa nhà quét tước thu ngăn nắp
Mát mắt trông vào thấy thảnh thơi.

*Bóng Tà Dương*

## NGHỀ BẮT CHÓ

Tui vốn thuộc ngành kiểm dịch đây
Thi hành theo lệnh rõ trên tay
Giơ cây thòng lọng khua dài phố
Bắt chó lông rông chạy suốt ngày
Không phải cẩu gian đâu đấy nhé
Mà là cán bộ hãy trông đây
Áo quần đồng phục luôn nghiêm chỉnh
Chớ hiểu sai lầm lại ghét lây.

*Cao Bồi Già*


## NGHỀ TÌM ĐIỂM RÒ

Nghề nghiệp của tôi thật lạ đời
Chỉ làm đêm tối được mà thôi
Lang thang theo bước dò đường ống
Nghe ngóng kề tai lắng tiếng trôi
Đánh dấu từng nơi nghi thoát vỡ
Vẽ hình những điểm đoán xì hơi
Nước nguồn thất thoát hư hao lắm
Bổn phận đây đi chặn rỉ… vòi!

*Cao Bồi Già*

## LÀM NÓN

Lá cọ còn non cắt hái về
Trải ra phơi tái vuốt hai bề
Tre vòng cốt uốn làm khung đỡ
Lá lợp da ràng tạo mái che
Chỉ chắc khâu đan quàng thắt nút
Quai bền mắc võng rủ buông que
Sáng chiều đội nón hòng mưa nắng
Phụ nữ bà già thấy thích mê.

*Bóng Tà Dương*


## VÕ VIỆT NAM

Nhỏ bé nước nhà dựa biển Đông
Giữ gìn bảo vệ đất cha ông
Tay chân luyện tập thành gang thép
Quyền cước công phu giống sắt đồng
Kích - kiếm - đao - gươm chờ giặc phá
Quyền - roi - côn - gậy đợi thù xông
Hiếu sinh nhưng phải canh phòng kỹ
Võ nghệ dân mình phải luyện thông.

*Bóng Tà Dương*

## THỢ CẠO MỦ CAO SU

Cái nghiệp mỗ đây giỏi bước lùi
Vòng quanh quanh gốc suốt ngày thôi
Lướt dao cắt vỏ cây xù khắc
Đặt chén chờ dòng sữa trắng tươi
Đi hẫng cặp thùng lòng vọng mở
Về đầy đôi gánh dạ mừng vui
Bàn tay chai sạn cùng năm tháng
Lặng lẽ dòng đời mãi thế trôi.

*Cao Bồi Già*


## THỢ ĐẼO ĐÁ

Cóc cóc đẽo từng khối đá xanh
Tạo hình từng bước cối xay dần
Mặt trên thon gọn tay soi lỗ
Thớt dưới bè chành máng hứng quanh
Bia mộ lưu danh nhờ búa bác
Nền kê vững cột cậy tay anh
Nhát chuồi nhát xỉa nên hình đá
Phục vụ nhu cầu rất thiết thân.

*Cao Bồi Già*

## HÀNG CHÁO LÒNG

Một nồi nghi ngút bốc hơi xông
Sùng sục lừng thơm quán cháo lòng
Dao thớt sẵn sàng bày đúng chỗ
Tô thìa chuẩn bị đặt ngay boong
Dồi tim phổi cật? Thưa nào thiếu!
Sụn lách phèo gan? Dạ đã xong!
Cút rượu có ngay càng ấm bụng
Ngồm ngoàm sùm sụp thế mà ngon.

*Bóng Tà Dương*


## CÒ ĐỊA ỐC

Môi giới dạo này bỗng nổi danh
Đâu đâu cũng thấy bảng tung hoành
Bán nhà gấp gấp liền cung ứng
Mua đất mau mau chóng đạt thành
Nhà cửa sổ hồng yên dạ chị
Ruộng vườn giấy đỏ vững tâm anh
Phần trăm công sá chi cò chút
Có kẻ phùng thời lại phất nhanh.

*Bóng Tà Dương*

## THỢ LÀM ĐỒNG

Cọ quẹt oằn vênh chiếc xế xinh
Đừng lo giao nó tới tay mình
Nắn nơi móp méo hồi nguyên dạng
Gò chỗ cong queo trả đúng hình
Trét đều bột sắt da láng mịn
Phủ bóng sơn dầu áo tươm tinh
Nhìn xe tút lại y như mới
Dạ khách mừng vui khỏi phải bình!

*Cao Bồi Già*


## THỢ SỬA Ô TÔ

Đủ hết, búa kìm, tuýp nhỏ to
Tớ là bác sĩ chữa ô tô
Sạch heo dầu thắng chừng mươi phút
Ráp bố nồi côn chỉ một giờ
Xú páp chỉnh cân đều kín tắp
Xéc măng thay mới khít không rò
Giúp xe muôn dặm ro ro chạy
Xế hỏng đem đây, gặp… "đốc tờ"

*Cao Bồi Già*

## TIẾP THỊ BIA

Quán nhậu nhà hàng bỗng lóa ngươi
Nhiều em tiếp thị đến rao mời
Trắng hồng tươi tắn chào men uống
Xanh đỏ mượt mà gợi nếm xơi
Thốt hỏi ngọt ngào như mật rót
Thưa rằng thẽ thọt tựa sương rơi
Mềm lòng thực khách mua vài cốc
Chất lượng ra sao cứ hỏi Trời?

*Bóng Tà Dương*


## ĐẬU PHỤ

Ngâm kỹ một đêm hạt trắng ngà
Vớt liền xát vỏ cối xay ra
Vải thưa lọc nhuyễn cho nồi nấu
Lửa nhỏ đun sôi trộn giấm hòa
Khuôn đựng tròn vuông đong kỹ lưỡng
Vật đè nặng nhẹ ép sơ qua
Người chay kẻ mặn đều ưng cả
Vô hại ăn vào lại tốt da.

*Bóng Tà Dương*

## CÔ HÀNG ĐỒNG NÁT

Phế liệu cô gom khắp phố phường
Đồ cùn, cũ sứt bán đây không?
Giang người thất nghiệp qua cơn quẫn
Giúp bạn sinh viên đỡ dạ cồn
Dép đứt môi cười mua hớ giá
Giấy lề giọng ngọt trả lơi đồng
Cũng thân nghèo khó thương người túng
Một gánh ve chai thảo vẹn lòng!

*Cao Bồi Già*

## CÔ HÀNG NƯỚC

Nho nhỏ lánh xa chốn phố phường
Quán tranh thơ mộng nép hàng dương
Dáng kiều tha thướt vời tâm mến
Mắt liễu mơ huyền diệu nét thương
Hơi nóng trà sen thoang thoảng tỏa
Tay ngà bông bưởi dịu dàng vương
Mặc tình… "bán nước", không ai trách
Lữ khách vơi lòng, tiết nắng ương!

*Cao Bồi Già*

## SỮA ĐẬU NÀNH

Đậu nành ngâm nước để qua đêm
Xay xát cho tinh thật nhuyễn mềm
Chăm chỉ vắt nhồi quăng bã bỏ
Cần cù chắt lọc nấu sôi lên
Cho vào lá dứa cô nên nhớ
Vớt bỏ bọt trào chị chớ quên
Trắng đục một màu trông tựa sữa
Thơm ngon thanh nhiệt thỏa cơn thèm.

*Bóng Tà Dương*


## SƯƠNG SÂM

Dây sâm hái lá mọc ven đồi
Rửa kỹ trong thau nhoáng một hồi
Nang mực thật khô đem tán nhuyễn
Lá đài rõ sạch lấy vò tơi
Đem ra chắt lọc rồi sao nữa?
Lại trộn chung hòa chỉ vậy thôi!
Để lắng vài giờ cho kết bánh
Đường pha uống cạn mát trong người.

*Bóng Tà Dương*

## HÀNG BONG BÓNG

Rong ruổi công viên với cổng trường
Khách hàng là đám trẻ thân thương
Một chùm xanh đỏ bay đùa gió
Hai khối ga hơi kẹp nặng sườn
Sáng đạp guồng chân qua hết chốn
Tối mơ duỗi bắp thẳng trên giường
Xin đừng tan vỡ như bong bóng
Nuôi mãi ngày hai buổi mộng thường!

*Cao Bồi Già*

## ÔNG HÁT XẨM

Ai đó qua đường rộng giúp không?
Loa rè, giọng khản nghẹt xao lòng
Lời ca tình tự cho người vãng
Tiếng hát muộn sầu ẩn phận trông
Ai oán dây đàn bung tiếng nấc
Phập phù ngọn gió đệm hơi chòng
Run run âm lịm theo chiều xuống
Nhạc nhão tan dần giữa phố đông!

*Cao Bồi Già*

## SƯƠNG SÁO (THẠCH ĐEN)

Kìa dây sương sáo mọc ven đầm
Hái hết phơi khô để lúc cần
Bằm nát đun sôi tan rục lá
Lọc nguyên để nguội kết vào khuôn
Cốt dừa trộn ít bùi cùng ngậy
Đường cát pha vừa ngọt lại thanh
Giải khát xơi vào thêm sảng khoái
Nhuận trường mát dạ rẻ mà nhanh.

*Bóng Tà Dương*


## SƯƠNG SA (XU XOA)

Rong tảo ngoài khơi cứ vớt lên
Phơi khô xay nát bột tơi mềm
Đun sôi ba khắc thành keo sệt
Để nguội một giờ kết đặc ken
Dầu chuối đem pha mùi sực nức
Mật đường chế biến vị tăng thêm
Một màu trắng đục mà đa dụng
Thanh nhiệt ăn ngon lại rất hiền.

*Bóng Tà Dương*

## NGHỀ CẮT KÍNH

Cắt kính, gương là nghiệp của tôi
Loại nào cũng xử tốt ngay thôi
Dao ghì nhấn mũi đi nhanh lẹ
Tay ấn theo đường bẻ gãy rơi
Cạnh vuốt láng lau trơn sương đã
Góc mài tròn vạnh đẹp mê tơi
Mặt bàn, khung cửa, phông trang trí
Khách đặt đều ưng ngợi hết lời.

*Cao Bồi Già*


## NGHỀ XAY XÁT

Suốt ngày máy chạy cứ lao xao
Nhanh lẹ bà con chở tới nào
Lúa đổ vàng ươm đầy tựa vãi
Gạo ùa trắng nõn bóng như lau
Trấu theo đường ống chui về khố
Cám chảy tràn vòi rớt xuống thau
Nhà máy xát xay thay sức giã
Giúp người hết nhọc sướng làm sao.

*Cao Bồi Già*

## BÁNH ĐÚC NGÀY XƯA

Gạo tẻ vôi trầu đổ chậu đây
Một đêm cho rục vớt ra này
Đưa vào đỗ lạc cho thơm ngậy
Thêm chút hàn the để chất dai
Tóp mỡ hành phi ra đĩa trải
Mắm tôm dừa xắt bỏ mâm bày
Phụ gia khoáng chất hàm mang độc
Lợi dụng không nên khổ dạ dầy.

*Bóng Tà Dương*


## SINH TỐ

Trái củ bao nhiêu chất nhiệm màu
Xay ra pha uống tốt hàng đầu
Bơ - dâu - cam - chuối cùng cà rốt
Táo - mận - đào - na với măng cầu
Béo ngậy hòa thêm thìa sữa ngọt
Thơm tho pha chút giọt tinh dầu
Đá bào tinh khiết mời anh uống
Tắc lưỡi khen hoài món giải lao.

*Bóng Tà Dương*

## THỢ GÒ THÙNG

Bậc thầy hàn, cắt, gõ tôn thau
Sản xuất đồ dùng chất lượng cao
Máng xối máng gà tùy ý đặt
Thùng roa nồi rượu thỏa yêu cầu (*)
Uốn tôn cong lượn như lòng muốn
Bẻ thép vuông tròn đẹp mắt sao
Phễu quặng chậu xô gò đủ cả
Cần chi mời đến đặt nhanh nào!

*Cao Bồi Già*

(*) Thùng roa: Thùng tưới cây.


## THỢ KHÓA

Tôi đây thợ khóa rất chuyên nghề
Hóc kẹt đừng lo cứ gọi nghe
Dũa dũa khía răng đè trúng chốt
Mài mài góc cạnh lọt vừa khe
Cứu người ổ hỏng, thông đường thoát
Giúp kẻ chìa rơi, mở cửa về
Sửa chữa đồ hư ngon tựa mới
Vừa nhanh vừa chắc đố ai chê!

*Cao Bồi Già*

## THUYẾT MINH LỒNG TIẾNG

Phim ngoại nhập về phải thuyết minh
Phụ đề Việt ngữ trước khi lên
Phô bày hành động từng câu cú
Diễn tả tâm tư mỗi dáng hình
Trai gái âm thanh lồng như thật
Trẻ già đối thoại rõ như in
Nhập vai chính xác luôn rành rẽ
Bỡ ngỡ người xem thật chí tình.

*Bóng Tà Dương*


## GÁNH LƯU DIỄN

Thị xã nay về gánh cải lương
Chân dung áp phích dán đầy đường
Lăng xăng mái rạp dường hơ hải
Nhộn nhịp loa thùng khá khẩn trương
Màn trướng đỏ tươi căng khắp cửa
Nền phông xanh thắm dựng quanh tường
A lô quảng cáo rền vang phố
Mời quý bà con đến tận tường.

*Bóng Tà Dương*

## THỢ MAY

Áo quần muốn đẹp cứ giao tôi
Cửa tiệm luôn luôn rộng đón mời
Đo cắt kỹ càng ôm đúng khổ
Ráp may cẩn thận hợp theo thời
Y trang rẻ quý trông vừa lứa
Bộ cánh dâu hiền ngắm xứng đôi
Chuyên nghiệp bao năm lừng khắp phố
Khách hàng nào cũng thích mê tơi!

*Cao Bồi Già*


## THỢ VẮT XỔ

Áo quần vải vóc xổ te tua
Mỗ vắt thì không một sợi rua
Đường thẳng ào ào nhanh cẳng đạp
Mép cong lượn lượn khéo tay lừa
Áo thung mấy mảnh chuyên nghề ráp
Quần thụng bao biên thạo nghiệp thừa
Xoèn xoẹt cả ngày tơ cuộn tắp
"Ngựa bay" chính hiệu chạy bốn mùa! (*)

*Cao Bồi Già*

(*) Máy vắt sổ PEAGASUS hiệu Con Ngựa có cánh.

## ĐOÀN CẢI LƯƠNG

Mời quý bà con đến tận tường
Bây giờ trình diễn vở khai trương
Trầm hùng kép độc thân oai vệ
Lảnh lót đào mùi dáng dễ thương
Lưu Thủy - xàng xê lời oán thán
Nam Ai - lâm khốc giọng sầu vương
Hồn xưa tái hiện vào vai diễn
Cảm động nhiều bà khóc mắt sưng.

*Bóng Tà Dương*

## CA TRÙ

Bảo tồn nghệ thuật hội ca trù
Nhã nhạc cổ truyền đậm chất thơ
Cầm trịch trống bồi năng điểm nhịp
Giữ nền đàn nguyệt vững rung tơ
Đào nương xướng giọng chim ngưng tiếng
Phường nhạc hòa thanh nước vỡ bờ
Văn hóa nước nhà nên điểm xuyết
Đừng cho mai một áng danh thư.

*Bóng Tà Dương*

## CÔ HÀNG GIÓ

Đây chuyên buôn gió khắp xa gần
Cây quạt hè sang lắm khách cần
Nào đứng nào treo ôi cả chục
Cả bàn cả kệ dễ hàng trăm
Bán làn khí mạnh xua bay nhiệt
Buôn ngọn hơi lành dịu mát thân
Muốn giấc say nồng thì ghé nhé
Quạt em ru mộng sướng vô vàn.

*Cao Bồi Già*

## CÔ HÀNG MẮT KÍNH

Bốn mắt nhìn cô rất rất xinh
Chào mời dí dỏm lại thông minh
"Ray-ben chị diện bao người ngắm
Vơ-sác anh đeo khối kẻ nhìn" (*)
Viễn, cận đọc toa, điều thợ cắt
Mát, râm gợi ý, khéo lời trình
Một lần ghé tiệm là đâm nhớ
Đọc sách nhòe đi lại… đến tìm!

*Cao Bồi Già*

(*) Rayban, Versace: Hai thương hiệu kính nổi tiếng.

## KỊCH NÓI

Xã hội đời như một tấn tuồng
Khóc - cười - họa - phúc những màn gương
Tác quyền dàn dựng công phu thảo
Diễn xuất trình bày lão luyện khuôn
Sảng khoái tiếng cười đời phấn khởi
Não nùng nước mắt kiếp thê lương
Thương vay khóc mướn đời văn nghệ
Nghiệp dĩ a vào gánh ách vương!

*Bóng Tà Dương*


## DỊCH GIẢ

Tự điển trên tay chẳng lúc rời
Chuyển từ nguyên ngữ đúng mà xuôi
Danh ngôn tư tưởng lời hay đẹp
Tiểu thuyết trình bày ý chảy trôi
Mở rộng tầm nhìn bao tít tắp
Trải dài hiểu biết khắp trùng khơi
Miệt mài dịch thuật nhiều công sức
Cống hiến cho ta trí thức đời.

*Bóng Tà Dương*

## SẢN XUẤT NÚT ĐỒNG

Cơ sở làm chuyên các nút đồng
Quần jean, áo gió thảy xài luôn
Dập nhiều công đoạn hình vành vạnh
Xi lắm hồ phân ánh sáng boong
Hai mặt đóng vô lưng chẳng tuột
Bốn phần bóp lại gió không lòn (*)
Nhiều sai, đủ kiểu nam cùng nữ
Hàng đặt làm xong khách thỏa lòng.

*Cao Bồi Già*

(*) Nút áo gió có 4 bộ phận, nút jeans có 2 phần.


## NGHỀ WASH QUẦN ÁO JEANS

Quần jeans may đoạn phải đưa tôi
Mài oắt nhiều công lắm lắm ôi
Quay tít trong thùng ngâm hóa chất
Quật nhồi với máy xát dăm phơi
Vện vằn: đá sỏi tay người vuốt
Cũ bạc: vi sinh lũ nó xơi (*)
Đủ mốt sành thời trông đẹp mắt
Trưng bày sốp siếc hút người soi!

*Cao Bồi Già*

(*) Wash vi sinh: cấy vi sinh để nó ăn bạc cũ màu.

**THÔNG NGÔN**

Làu làu chuyển tiếng rõ ràng chưa
Ngôn ngữ trình bày đến khách ưa
Ý tưởng rõ ràng câu chẳng thiếu
Văn phong mạch lạc tiếng không thừa
Giao lưu đối tác rành câu cú
Thông cảm đôi bên hiểu ngữ từ
Nhậy bén hài lòng người chủ khách
Trung gian bắc nhịp nối hai bờ.

*Bóng Tà Dương*


**ONG RỪNG**

Kho tàng tích trữ tuyệt vô cùng
Chính mật ong đây chốn núi rừng
Hướng gió tai nghe tìm lính thợ
Đường bay mắt ngắm dõi quân hùng
Đốt nhùi xông tổ êm êm lấy
Hứng mật thu tàng khéo léo bưng
Cẩn thận đề phòng ong nổi giận
Cuồng điên nọc độc chích tiêu tùng.

*Bóng Tà Dương*

## PHÁT THANH VIÊN

Xuất hiện trên làn sóng phát thanh
Đài từ được ví sánh hơn vàng
Giọng nam trầm ấm gieo truyền cảm
Tiếng nữ trong veo rót dịu dàng
Nhả chữ tròn âm trong ngữ nghĩa
Uốn từ đúng điệu rõ thang âm
Say lòng thính giả muôn muôn chốn
Yêu mến dò nghe chẳng biết nhàm!

*Cao Bồi Già*


## PHI CÔNG

Lướt gió đằng vân tít tận không
Nào ai khác nữa chú phi công
Bô-inh đất Mỹ bay sang Á
E-bớt trời Tây thẳng đến Đông
Tay lái chim ưng lao vạn dặm
Tai nghe đài hiệu vượt ngàn trùng
Sáng Anh chiều Úc không hề lạ
Đưa đón bao người lẹ bước thông.

*Cao Bồi Già*

## NUÔI ONG

Hoàng hậu loài ong bắt giải về
Triều ca trung tín giữ câu thề
Thợ thuyền tiếp tục xây ngăn nắp
Lính tráng luân phiên gác chỉnh tề
Xã hội hình thành không vấn ngại
Giống nòi phát triển chẳng hoài nghi
Con người đáo để thu thành phẩm
Tội nghiệp ong kia cóc biết gì!

*Bóng Tà Dương*

## BÁNH CHƯNG

Từ thuở xưa người gói bánh chưng
Lang Liêu nghiệp tổ dậy đời thường
Lá dong tựa áo xanh ngăn ngắt
Gạo nếp như thân trắng tỏ tường
Thịt lợn béo môi tình gắn bó
Đỗ chè bùi lưỡi nghĩa yêu thương
Hình vuông biểu tượng cho nền đất
Cả nước lưu truyền nghệ khắp phương.

*Bóng Tà Dương*

## THỢ GỐM

Vất vả xay nhào nắm đất đen
Từng người từng việc bắt tay liền
Anh xoay nắn chén, tô, bình đĩa
Chị ép nhồi ly, ấm Phật, Tiên
Kẻ tráng men màu, thoa lót áo
Người tô hoa lá, vẽ vòng viền
Đút lò nung lửa phừng âm ỉ
Sản phẩm ra lò, ngập tiếng khen!

*Cao Bồi Già*

## THỢ RÈN

Ưỡn ngực sức hùng nổi bắp vai
Nhịp đều tay nện một hơi dài
Phù phù bễ thổi than hồng đỏ
Thịch thịch đe rền búa nặng quai
Thép nóng vặn mình thành cuốc, hái
Sắt hồng biến dạng hóa dao, mai
Và bao dụng cụ quen dùng nữa
Rõ thợ rèn ta nghệ rất tài.

*Cao Bồi Già*

## BÁNH TÉT

Nam phần bánh tét thiệt là ngon
Đói bụng ăn vô thấy ấm lòng
Lá chuối ba tầng nên dáng ống
Nếp tươi một chén đổ khuôn tròn
Đậu đường pha chế thêm là đủ
Củi lửa sôi nhừ vậy đã xong
Cúng giỗ đám đình đâu thể thiếu
Nghề đây truyền thống cứ lưu tồn.

*Bóng Tà Dương*


## QUẠT GIẤY

Xòe ra xếp lại tiện làm sao
Phe phẩy oi nồng mát giải lao
Ba góc tre nan sườn cốt đỡ
Nửa vòng giấy dó áo da bao
Cụ già ra dáng rung tay gấm
Thiếu nữ làm duyên thẹn má đào
Ích lợi dễ làm thêm bán chạy
Tăng nguồn thu nhập lại thanh tao.

*Bóng Tà Dương*

**XE BÒ**

Một khung hai bánh với đôi bò
Lạch cạch lôi tha đủ thứ đồ
Ra ruộng mang rơm về đánh đống
Vào rừng kéo củi chất đầy kho
Đêm trăng nằm khểnh, xe lăn sải
Ngày nắng ngồi thum, miệng hét hò
Ai gọi chở thuê gì cũng gật
Tay cương tay gậy lại vung trờ!

*Cao Bồi Già*


**RÁP DÂY KÉO**

Dây kéo dệt ra cả một bành
Cắt ra dài ngắn hợp sai quần
Kim đồng anh bấm ngăn ngay đít
Đầu khóa em vô nối mép răng
Thoăn thoắt đôi tay vèo khép lẹ
Lòe xòe hai bản khắc ăn nhanh
Thợ may thả sức lên quần áo
Khách mặc an tâm chắc kỹ càng.

*Cao Bồi Già*

## CẦU MÂY

Nhìn kìa mãn nhãn đội cầu mây
Uyển chuyển tài tình đến ngất ngây
Áo mão đường xưa xem rất thích
Khăn đai lối cổ ngó thành hay
Xoay thân vũ bão cầu tưng nhảy
Đảo cước cuồng phong bóng lướt bay
Công thủ trước sau như võ thuật
Thể thao tuyển dụng lắm anh tài.

*Bóng Tà Dương*


## BÓNG RỔ

Sàn đấu chia đều vạch mỗi bên
Hai hàng đội tuyển dáng lênh khênh
Chân beo thoăn thoắt quay - bung - nhảy
Tay vượn lao xao đảo - ngoắt - chuyền
Hàng thủ cản ngăn mong chặn xuống
Hàng công luồn lách cố trồi lên
Bất ngờ tung bóng vào khung rổ
Khán giả hò reo tưởng vỡ nền.

*Bóng Tà Dương*

## NÔNG PHU

Xưa nay cơ nghiệp xếp hàng đầu
Gắn bó thân thương với bạn trâu
Lam lũ ra công, đồng cuốc bẩm
Nhọc nhằn vắt sức, ruộng cầy sâu
Mạ non cấy dặm lòng mong trúng
Lúa mẩy gom thu dạ sướng trào
Một nắng hai sương người với đất
Cao xanh xin độ bội hoa màu.

*Cao Bồi Già*

## PHU LỤC LỘ

Phố xá ổ gà lẫn ổ voi
Đội quân chúng tớ lại đi bồi
Đục gom vét hốt ngừa bong tróc
Vá lấp san đầm ủi phẳng phơi
Đường mới trẻ trung thông thẳng lối
Cầu xưa già khụ sửa nâng đời
Nón vàng chân ủng du muôn nẻo
Lục lộ phu tui chấp tiết trời.

*Cao Bồi Già*

## HẠT ĐƯỜI ƯƠI (đại phát tử)

Ra trái bốn năm một vụ rồi
Tây nguyên có loại hạt đười ươi
Xoay xoay quả rụng rơi triền núi
Lách tách nhân bung vãi đỉnh đồi
Thanh nhiệt mát tì ngon lại thích
Nhuận tràng bổ vị tốt mà vui
Tham lam lắm kẻ cưa luôn gốc
Triệt hạ cây cao rõ tệ đời.

*Bóng Tà Dương*

## TRỒNG NGÔ

Trong hàng ngũ cốc có tên ngô
Xới đất làm vườn đánh rạch lô
Khoét lỗ hạt đều phân bón đủ
Vun hàng mầm thắng nước căng no
Đài hoa đỉnh ngọn rơi rơi tí
Kết trái lưng chừng khá khá to
Ba tháng thu về chăm tách hạt
Dự phòng thực phẩm tích trong kho.

*Bóng Tà Dương*

## CÔ HÀNG HOA

Cười nụ hàm răng bóng trắng ngà
Khác gì Hàm Tiếu, chủ hàng hoa
Loa Kèn, Bạch Huệ hương thơm ngát
Cẩm Chướng, Hồng Nhung sắc mượt mà
Bông cưới hỉ hoan đơm gọn ghẽ
Vòng tang phúng điếu kết nhanh là
Mùa nào thứ ấy nàng vun khéo
Ngày Tết Mai, Đào chẳng thiếu đa!

*Cao Bồi Già*


## CÔ HÀNG HOA QUẢ

Đặc sản Lai Vung, nếm thử nào
Kìa ai dẻo miệng, khéo lời rao
Vỏ hồng trái quít hồng thơm lựng
Má thắm cô em thắm mộng đào
Duyên sắc thầm vương say khách lạ
Trần bì nhẹ tỏa tỉnh người sao
Mọng mình, da bóc… không dầy lắm
Hỏi có chàng nào sẵn móng dao?

*Cao Bồi Già*

## CAO LƯƠNG

Cũng là ngũ cốc giống cao lương
Thực phẩm dành nuôi các trại chuồng
Chịu đựng tứ thời luôn gắn bó
Đồng cam bát tiết chẳng lìa buông
Mễ nhân - cốc tử trùng danh mọn
Ý dĩ - bo bo cũng tiếng thường
Cứu đói giúp người khi hạn hán
Nuôi đàn gia súc béo tròn vuông.

*Bóng Tà Dương*


## HÁT BỘI

Đây đoàn hát bội diễn liên trường
Tích cũ lưu truyền những tấm gương
Tử ải ác nhân nằm thảm não
Sinh môn hiền sĩ đứng hùng cường
Lối hằng - hường - giậm ca ra bộ
Điệu thán - nam - ngâm động tác tuồng
Xưa cụ Duy Từ năng điểm xuyết (*)
Nay đừng quên lãng một dư hương.

*Bóng Tà Dương*

(*) Người đầu tiên đặt nền móng cho nghệ thuật hát bội Việt Nam là Đào Duy Từ (1572-1634)

## THỢ HỒ

Nhà cao phố mới khắp nơi nhô
Công lớn nhờ tay chú thợ hồ
Đắp móng san nền, cây thước ngắm
Xây tường xếp gạch, chiếc bay tô
Thự xinh kiến trúc đầy lao khổ
Dinh đẹp công trình thỏa ước mơ
Vất vả dầm mưa cùng dãi nắng
Cho người chỗ trú vững như trơ.

*Cao Bồi Già*


## THỢ SƠN DẦU

Xe cộ chi chi cũng nhận thầu
Tôi đây chuyên nghiệp phủ sơn dầu
Chà chà giấy nhám đều trơn mịn
Thổi thổi vòi phun kỹ láng lau
Mắt kính tùm hum như thám tử
Khẩu trang kín mít tựa ma đầu
Hàng rào, cửa sắt, ai muốn đẹp
Cứ gọi là xin đáp ứng mau!

*Cao Bồi Già*

## KẸO CU ĐƠ

Ông Hai danh giá kẹo Cu Đơ (*)
Một miếng ăn vào đã lắm cơ!
Mật mía - đường - gừng đều trộn lẫn
Mạch nha - vừng - lạc lại hòa vô
Kèm vào bánh tráng người luôn thích
Thêm ngụm chè xanh khách cứ ưa
Thơm ngọt béo bùi đầy ý vị
Đúng nghề đặc sản đất văn thơ.

*Bóng Tà Dương*

(*) Tên xưa là Cu Hai, các học sinh ở Hà Tĩnh học Pháp văn gọi là Cu Đơ (deux), thành tên bây giờ.


## BÁNH PHU THÊ

Nếp cái hoa vàng cối giã tinh
Lọc rồi phơi nắng nửa tuần trăng
Dùng dành tẩm cốt ngoài kim trực
Sen đậu làm lòng đáy ngọc trinh
Gia tộc báo dâu mừng kết hiệp
Họ hàng nhận rể đẹp hòa minh
Vợ chồng tâm đắc sinh con cháu
Tấm bánh phu thê thật chí tình.

*Bóng Tà Dương*

## QUÂN NHÂN

Lên đường nhập ngũ giữ quê hương
Anh dũng xông pha chốn chiến trường
Sóng gió trực canh bờ hải đảo
Đêm ngày bảo vệ mốc biên cương
Luôn rèn chiến thuật hòng uy vững
Năng luyện binh thư để thế cường
Tổ quốc vẹn toàn vai trọng trách
Quân nhân nhiệm vụ nguyện luôn tường!

*Cao Bồi Già*




## LÍNH CỨU HỎA

Nơi đâu bà hỏa nổi cơn bùng
Ngay khắc là anh đến dập hung
Xông xáo vòi rồng nhào tới thổi
Gan lì bình xịt xốc vào phun
Cứu người lăn xả quên nguy hiểm
Dập lửa hăng say rõ kiệt hùng
Phôn báo là xe mau xuất phát
Í oa lập tức lại lên đường!

*Cao Bồi Già*

## TRÉ

Ai về ăn tré đất miền Trung
Thưởng thức nghề ni món đặc vùng
Ngọt ngọt cay cay mùi tỏi - thính
Thơm thơm chát chát vị riềng - vừng
Thịt heo món chính bao toàn cốt
Đọt ổi làm bìa bọc quấn lưng
Ủ lá ba ngày men thắm dậy
Ăn vào khoái khẩu nhịp đùi rung.

*Bóng Tà Dương*


## CHÁO HẾN

Lưng tô cháo hến bốc mùi thơm
Vừa rẻ lại ngon ấm dịu lòng
Tiêu ớt ăn vào đầu lưỡi uốn
Hành ngò húp sụp khóe môi cong
Dai dòn hương vị quê mưa gió
Keo sệt đậm đà xứ bão giông
Mời đến Huế em ăn món đó
Mà thương nghề nhỏ đất lưng rồng.

*Bóng Tà Dương*

## LỰC SĨ THỂ HÌNH

Miệt mài năm tháng bước ra sân
Đấu sĩ tươi cười đọ vóc thân
Tập tạ tập gồng đầy cố gắng
Rèn cơ rèn cốt thật kiên gan
Kiến càng phô bắp săn săn chắc
Voi vọi khoe mình đối đối cân
Khổ luyện công phu từng động tác
Mới mong đạt được dáng như thần.

*Cao Bồi Già*


## NGƯỜI MẪU

Cao ráo xinh tươi độ tuổi vàng
Ba vòng lý tưởng thật đều cân
Luyện đi thoăn thoắt chân như máy
Tập diễn nghênh lì mặt tựa băng
Mặc áo tân thời phô sắc vóc
Khoác đầm thương hiệu diệu y trang
Lung linh cat-oắc như… sao sáng (*)
Người mẫu nghề đang hớp các nàng!

*Cao Bồi Già*

(*) Cát-oắc: sàn Catwalk

## RƯỢU BÀU ĐÁ

Vùng quê Bình Định xóm Tân Long
Món rượu tuyệt trần quá đã ngon
Giếng mạch sông Kôn tìm kỹ lưỡng
Men từ Trường Định chế kỳ công
Nồi đồng chưng cất liu riu bốc
Giẫm trúc đưa dòng rỉ rả tong
Nghe - ngửi không cần tra lưỡi nếm
Ngành nghề thâm thúy đất Tây Sơn.

*Bóng Tà Dương*

## TỎI LÝ SƠN

An Hải lên tàu đến Lý Sơn
Thăm vùng huyện đảo tỏi cô đơn
Đại dương sóng bủa nên gò tốt
Núi lửa tro tàn tạo đất thơm
Một tép mồ côi ra kết quả
Trăm ngày đơn độc mới thu gom
Dẫu nghèo giữ lấy nghề ưu thế
Mai một quên đi khó bảo tồn.

*Bóng Tà Dương*

## THỢ SỬA ĐỒNG HỒ

Cho dầu bộ máy nhỏ tì ti
Bác thợ ra tay chả khó gì
Mỗi bánh xe răng tra chính xác
Từng con ốc vít xoáy chi li
Reng reng đúng khắc tài tài quá
Tích tắc ngay thì giỏi giỏi chi
Tinh xảo hành nghề bao mẫn cán
Đồng hồ đủ loại phải nghiêm thi.

*Cao Bồi Già*


## THỢ SỬA LINE ĐIỆN THOẠI

Net vào chẳng được có tôi đây
Điện thoại hư ư? cũng mỗ này
Leo cột điện cao căng lại cáp
Mở thùng trung kế nối liền dây
Dò đầu phân số nơi giăng mới
Đánh mã chia "lai" chỗ phủ dầy
Sửa chữa đường truyền trên khắp mạng
Phôn nào kêu cứu lại đi ngay!

*Cao Bồi Già*

## YẾN SÀO

Vách đá chơi vơi bọt sóng trào
Kìa người tìm yến cố lên cao
Leo trèo thuần thục tìm ngong ngách
Đu đẩy nhẹ tênh kiếm huyệt sào
Sắc trắng dãi mao trong hết ý
Tia hồng huyết sợi rực dường bao
Bát trân vua chúa năng bồi dưỡng
Sinh mạng đồng tiền cực biết bao.

*Bóng Tà Dương*


## KẸO MẠCH NHA

Thanh thơm bổ dưỡng trắng như ngà
Dịu dẻo ngon lành kẹo mạch nha
Mộng lúa phơi khô nghiền tán bột
Nếp xôi để nguội trộn chung hòa
Nửa ngày nấu kỹ rồi đem ép
Bốn tiếng cô thành mới lấy ra
Chẳng chút pha đường mà ngọt mát
Cao nghề Quảng Ngãi tạo danh gia.

*Bóng Tà Dương*

## ĂN TRỘM

Một đêm sánh được mấy năm làm
Nghề chỉ dành riêng kẻ máu tham
Rình rập con mồi căn kỹ thói
Lọt chui nhà chủ nhẹ nhàng chôm
Đem đi bán rẻ tan tăm tích
Nằm khểnh ăn dầm tránh hỏi thăm
Xui gặp bà già gân túm gáy
Thì nơi nhà đá lại vô nằm.

*Cao Bồi Già*

## HUYỆN ĐỀ

Sổ phơi một cuốn đủ hành nghề
Hằng sáng trà dư tiếp bạn đề
Góp ý người chơi nên táo bạo
Dụ câu kẻ đánh chớ e dè
Chiều chiều trả thưởng cười hoan hỉ
Tối tối thu lời đếm phát mê
Giàu có trên thân ai khát nước
Hạn cùng nhà đá lại ngồi lê!

*Cao Bồi Già*

## THANH LONG

Một trong trăm quả họ xương rồng
Dù trắng hay hường thịt rất ngon
Thẳng lối ngay hàng trồng đóng nọc
Đủ thời đúng tuổi cấy tra hom
Ngày cần ánh sáng quang soi rọi
Đêm cũng lên đèn điện thắp chong
Chăm sóc ba năm thu hoạch trái
Ban đầu nặng vốn khá nhiều công.

*Bóng Tà Dương*


## NẤM RƠM

Ngon lành bổ dưỡng mọc từ rơm
Kỹ thuật gieo trồng loại nấm đơn
Ngâm nước hòa vôi cho đẫm khối
Phên tre cọc gỗ giữ ngay lồng
Rắc mô lớp lớp quanh vòng xoắn
Hái trứng lai rai lúc nở tròn
Chớ để ra ô nên giữ nụ
Vài tuần một vụ có đâu hơn.

*Bóng Tà Dương*

## CỬA HÀNG XE MÁY

Nếu cần ngựa sắt hãy tìm tôi
Gắn máy nhiều dòng lắm lắm ôi
Ét-hát kiểu xưa tìm cũng có
Nô-vô đời mới thích thì chơi (*)
Tay ga thanh lịch từ nhiều hãng
Chân số bền cui đủ các thời
Đại lý bảo hành theo đúng chuẩn
Một lần giao dịch thỏa lòng vui!

*Cao Bồi Già*

(*) SH và Nouvo: các hiệu xe ăn khách.


## LÀM BẢNG HIỆU

Hãy đến đây khi mở cửa hàng
Chơi ngay bảng hiệu sáng đèn choang
Đề can đặt cắt bằng vi tính
Chữ nghĩa dùng sơn loại dạ quang
Biển đứng biển nằm luôn nghệ thuật
Bảng chìm bảng nổi thảy khang trang
Là dân mỹ thuật từ trường lớp
Khách cũ đây còn nhận sửa sang.

*Cao Bồi Già*

## GIÒ LỤA CỔ TRUYỀN

Cưới hỏi tết tư tục cổ truyền
Món ăn giò lụa lẽ đương nhiên
Nạc tươi xắt gấp vồ vung quết
Mắm nhất hòa ngay lá gói liền
Đơn giản màu ngà mà hữu ý
Bình thường sắc trắng chẳng vô duyên
Ngày nay lợi nhuận nghề thay đổi
Thêm lắm phụ gia mất tảng nền.

*Bóng Tà Dương*


## TRỒNG NHO

Thế giới ai người chẳng thích nho
Trên giàn tím ngắt quả tròn vo
 Xum xuê lá trổ thân luôn rướn
Tua tủa dây leo ngọn cứ bò
Chăm sóc nước phân đừng chểnh mảng
Ngăn ngừa sâu bệnh phải nên lo
Quả thu ép rượu ngon độc đáo
Thực phẩm ăn liền hoặc sấy khô.

*Bóng Tà Dương*

## NGHỀ KHOAN GIẾNG

Giếng nước cần khoan hãy gọi đây
Xa gần sâu khó cũng ra tay
Chuyên gia địa chất soi tìm giỏi
Cơ sở điều nghiên phân tích hay
Dựng trụ đâm dùi sâu thổ địa
Vào răng nối ống tiếp vòng quay
Đúng tầng suối ngọt cho bơm hút
Nước mạch dâng trào sướng sướng thay!

*Cao Bồi Già*


## PHU VỆ SINH

Tay chổi, chân giầy, giáp dạ quang
Đêm đêm dọc phố quét lề đàng
Kéo càng gom phế cơn gồng sức
Hốt rác lên xe giấc trễ tràng
Sạch lộ giúp người qua thoải mái
Xanh hè trả phố hưởng trong lành
Nhọc nhằn vất vả đời ơn nặng
Từng bước âm thầm khách biết chăng?

*Cao Bồi Già*

**ĐIỆN TÍN VIÊN**

Liên lạc ngày ngày trụ tiếp thu
Truyền tin phát sóng chuyển văn thư
Tích tè lộp độp nêu từng chữ
Chấm gạch liên miên hiện mỗi từ
Chinh chiến yêu cầu nên hỏa tốc
Hòa an phục vụ chẳng chần chừ
Trăm năm trước đó ngành công nghệ
Đánh "Moọc" thông truyền mọi tín tư (*)

*Bóng Tà Dương*

(*) Ông Samuel Morse người Mỹ, là nhà phát minh hệ thống truyền tin bằng tín hiệu năm 1844.


**BƯU TÍN VIÊN**

Nghề chi lặng lẽ chẳng ai ngờ
Chuyển đến nhà nhà những bức thư
Xe đạp long nhong đường phố thị
Thuyền con len lỏi lạch sông hồ
Số nhà tường tận đi từng xã
Địa chỉ rạch ròi đến mọi khu
Phục vụ chuyên cần luôn trách nhiệm
Vui buồn tâm sự chuyện riêng tư.

*Bóng Tà Dương*

## NGHỀ TRANG ĐIỂM

Cô dâu lộng lẫy ngất lời khen
Nhờ mỗ dày công điểm vẽ nên
Cặp mắt huyền mơ ôi diễm lệ
Vành môi mọng đỏ thật tươi duyên
Đẹp sơ vẽ hóa hoa Hàm Tiếu
Xấu tệ tô thành đóa Thủy Tiên
Mệnh phụ phu nhân đều trẻ lại
Đến đây ắt sẽ thỏa lòng liền.

*Cao Bồi Già*

## PHÓ NHÒM

Chân lùi mắt nhắm dáng lom khom
Đèn lóe trên tay thợ phó nhòm
Chú rể cô dâu hình rạng rỡ
Đàng trai nhà gái ảnh vuông tròn
Phút giây đáng nhớ không trôi mất
Kỷ niệm đâu quên sẽ mãi còn
Nào hãy cười lên tôi nháy nhé
Buồn vui muốn giữ, ới đây luôn!

*Cao Bồi Già*

## TRỒNG CÀ PHÊ

Nguyên gốc Phi Châu nhập giống về
Nâu tuyền óng ánh hạt cà phê
Ươm mầm chắc mẩy ngay từng bịch
Chọn đất phì nhiêu thuận mọi bề
Chăm bón tra phân đừng chểnh mảng
Công trình tưới nước chớ làm e
Hai năm bông bói cho ra trái
Thu hoạch hằng mùa bạc hốt mê.

*Bóng Tà Dương*


## TRỒNG MÍA

Bạt ngàn thửa mía ngát vươn xanh
Mật ngọt đường ngon sắp tựu thành
Lên luống đặt hom ngay thẳng lối
Bón phân đánh lá sạch vòng quanh
Đừng cho nước úng cây lên chậm
Chớ để khô cằn khó lớn nhanh
Thương lái từng đoàn vào tấp nập
Thu mua sản lượng cả ghe chành.

*Bóng Tà Dương*

## NGƯỜI GIÚP VIỆC NHÀ

Lặt vặt việc nhà bổn phận tôi
Chủ nhân tín cẩn đã trao lời
Nấu cơm trông trẻ luôn tròn trịa
Rửa chén lau nhà rất chảy trôi
Chăm sóc sân vườn không ngại khó
Trông nom nhà cửa chẳng trây lười
Lắm khi nhiều chuyện chưa tường tỏ
Chủ phải nhờ đây mới rõ thôi.

*Cao Bồi Già*


## ĐAN LEN TAY

Mấy cuộn len tròn sắc nhã xinh
Cùng đôi kim thẳng hệt song sinh
Cây đâm cây xỉa thành thân tấm
Đường bỏ đường thêm tạo dáng hình
Tấm áo mùa đông không lạnh Ấy
Chiếc khăn gió bấc chẳng se Mình
Dạo quanh phố lạnh em đan sắc
Hơi vuốt làn len gợi mở tình.

*Cao Bồi Già*

## TÌM LAN RỪNG

Mùa đông đi kiếm đóa lan rừng
Lội suối trèo đèo cũng lắm công
Thấp thoáng non cao màu thánh nữ
Lờ mờ lũng thấp sắc tiên dung
Mỗi cây mỗi loại bao hoa hé
Từng bụi từng giò lắm nụ mưng
Cả tháng đâu tàn luôn thắm nở
Dường như hò hẹn ánh xuân bừng.

*Bóng Tà Dương*


## HOẠT NÁO VIÊN

Quản trò tập hợp chốn đông người
Hoạt náo gây nên những nụ cười
Năng động khôi hài nên chị mến
Bày trò dí dỏm khiến anh vui
Trơn tru ý tứ câu nào ngược
Liến thoắng ngôn từ chữ cứ xuôi
Nhạy bén nhân tài do khẩu khí
Đường hoàng xuất hiện thật như chơi.

*Bóng Tà Dương*

**NGHỀ DỆT VẢI**

Một cuộn đầu cây chỉ trắng ngà
Ngàn tơ chui máy chạy dầm tà
Lược chuồi gạt lối dây dồn sát
Go nhảy thông đường sợi chạy qua
Thoi mải quăng mình nhanh tận lực
Nhíp hăng vỗ gáy mạnh cùng đà
Mịn màng tấm vải dài tuôn suốt
Xành xạch đều đều một khúc ca.

*Cao Bồi Già*


**NGHỀ MAY NÓN**

Mũ nón tôi làm suốt tháng luôn
Ka ki, jean, nỉ cứ xoay vòng
Cắt vành xẻ múi công phân nửa
May lưỡi vào quai việc đã xong
Che nắng ra đường anh thoải mái
Đội mưa đi học trẻ thong dong
Thời trang đủ kiểu cho nam nữ
Lựa chọn chi chi hãy thỏa lòng.

*Cao Bồi Già*

## TRÚM LƯƠN

Lục tỉnh có nghề đặt trúm lươn
Dưới bờ lau sậy rạch đìa mương
Gài ken hom kín bưng đầu nứa
Đục thủng đường thông thoáng ruột luồng
Cua ốc giã chung lên vị thối
Đất bùn trộn lẫn bốc mùi ung
Đánh hơi lươn đói chui vào ống
Nhốt cứng cầm tù ở đó luôn.

*Bóng Tà Dương*


## HỢP XƯỚNG

Một đoàn ca xướng thực là sang
Trang phục như nhau hát rộn ràng
Tay nhịp quản ca vươn độc đáo
Bờ môi nghệ sĩ trổi hòa vang
Hợp thanh trầm bổng bao sôi nổi
Đơn xướng du dương rất dịu dàng
Biểu diễn nhà nghề dầy lão luyện
Thiên thần thượng giới phải say hoan.

*Bóng Tà Dương*

## BÁN BÁO

Nào nào báo mới hãy mua ngay…
Thời sự truyền lan mỗi mỗi ngày
Đây chị dựng quầy treo chồng xấp
Này em rảo căng bán đông tây
Nhật trình, vụ án không cung thiếu
Tạp chí, đời sao cũng cấp đầy
Đại lý phân chia cùng lối ngõ
Chỉ vèo khắc sáng đã tin bay.

*Cao Bồi Già*




## BÓC (ĐẬU) LỘT (DỪA)

Nghe tiếng người đời thắc mắc sao
Nghề chi mà lạ quá, ôi chao!
Dừa khô trổ ngón phanh xơ gọn
Đậu phộng ra công lấy hột nào
Đỗ đậu đâu nơi mua lúc trước
Cơm, dầu mới chốn chế ra sau
Tha hồ "bóc lột"… không ai chửi
Càng giỏi càng hay, hãy tự hào.

*Cao Bồi Già*

## HÒA TẤU

Một giàn hòa tấu xếp vòng cung
Nhạc khí phân chia loáng ánh đồng
Bạt - trống - đàn hòa vang rộn rã
Sáo - tiêu - kèn trỗi vọng tưng bừng
Âm thanh vời vợi dường mây gió
Tiết tấu hào hùng tựa bão giông
Nín thở tâm tình theo sóng nhạc
Tài năng nghệ thuật quả vô chừng.

*Bóng Tà Dương*

## NGHỀ MAI MỐI

Trăm năm trước đó chuyện tình duyên
Làm mối hôn nhân ván đóng thuyền
Gái tuổi lên thì tìm cội bách
Trai tân đến độ lựa chung thuyền
Xứng vai xứng bậc môn đăng hợp
Đồng ý đồng tình hộ đối nên
Quen chậu thia lia cùng quấn quýt
Đầu heo cảm tạ mụ mai hiền.

*Bóng Tà Dương*

## CÔ HÀNG PHỞ

Lâu ngày ghé quán phở cô em
Nghi ngút hương đưa đã thấy thèm
Miếng nạm mềm tơi, tài sắt mỏng
Nước dùng thơm ngọt, khéo tay nêm
Đũa tô sạch sẽ đà ngon mắt
Sợi bánh bùi thơm lại rất mềm
Ngon miệng no lòng, ôi nhất khoái
Quán hàng nhớ mãi khách không quên!

*Cao Bồi Già*


## CÔ HÀNG NƯỚC MÍA

Chủ xe bốn bánh chứ thua ai
Cô vặn vô lăng cũng rất tài
Xế khách đổ xăng dừng lác đác
Máy nàng nhả bã chạy lai rai
Dịu môi chị Sáu đương trưa nắng
Mát dạ anh Ba giữa dặm dài
Nước lại còn thơm hương tắc dứa
Dẻo lời mời khách đáo chân lai!

*Cao Bồi Già*

## LÁI TRÂU

Tậu trâu, lấy vợ với nhà làm
Ba việc nhà nông phải tính toan
Phát triển nhờ con "đuôi lá mít" (*)
Hanh thông chọn vật "đít lồng bàn"
"Tam tinh" đóng trán đừng sờ nữa
"Hàm rắn" bồi đuôi chớ động tràn
Tướng tá vật nuôi nên sự nghiệp
Bí truyền nghề lái chọn trâu ngoan.

*Bóng Tà Dương*

*(\*) Kinh nghiệm xem tướng trâu: Đuôi lá mít đít lồng bàn là tướng trâu chăm; khoáy tam tinh là trâu chứng; đuôi hàm xà là trâu lười biếng.*


## HOẠN LỢN

Độc nhất Công Đình đất thiến heo (*)
Cửa cao nhà rộng nghiệp đâu nghèo
Rạch bìu hạt móc con dao tí
Vá thịt da bồi mảnh chỉ teo
Muối mặn sát trùng mau đóng sẹo
Nhọ nồi diệt khuẩn chóng lành keo
Bí truyền nam giới chê người nữ
Nhất nghệ tinh thông đố dám liều.

*Bóng Tà Dương*

*(\*) Làng Công Đình, xã Đình Xuyên (Gia Lâm, Hà Nội) có nghề hoạn lợn từ hàng trăm năm nay. Tương truyền, ông Thạch Thọ là tổ đã truyền nghề hoạn lợn cho dân làng, một nghề "độc nhất vô nhị".*

## THỢ TIỆN

Thợ tiện chuyên nghề gọt sắt phôi
Tay xoay tay vặn máy tuân lời
Đóng vòng, cân "lốc" nhanh như chớp
Làm cốt, rà răng lẹ tựa thoi
Chế biến đủ đồ xe cũ hiếm
Sửa sang lắm món máy xưa thời
Thứ gì kim loại qua dao tiện
Bảo đảm từng dem chẳng tẹo sai!

*Cao Bồi Già*


## THỢ SỬA GẮN MÁY

Ngựa sắt bệnh thì đến mỗ đây
Chỉ cần một loáng khắc ngon ngay
Xoáy nòng chỉnh lửa nhanh hàng chúa
Thay bạc cân dên giỏi bậc thầy
Bảo dưỡng là bon vèo tựa gió
Phục hồi lại lướt thoảng như mây
Tay ga hay số đều kiêm hết
Sơn sửa làm đồng chẳng kém ai.

*Cao Bồi Già*

## NGHỀ GỐM

Ngàn năm nghề gốm đã trường tồn
Đất sét chuyên làm sản phẩm nung
Nải - vại - bình - chum đồ hữu ích
Ấm - tô - tách - chén vật đa dùng
Đất xay nhào nặn nên hình thể
Men tráng bao trùm tạo mã dung
Tập hợp xếp hàng đưa nướng đốt
Đẹp bền chất lượng ngắm mà ưng.

*Bóng Tà Dương*

## CƠM CHAY NGHỆ THUẬT

Thập khách cúng dường giúp Phật môn
Trai phòng mời đến dự giờ cơm
Trau tria củ trái xinh mê mắt
Chế biến tương chao đẹp hút hồn
Phượng múa rồng bay nơi tịnh tịnh
Sơn hào hải vị chốn không không
Nghệ nhân bày biện công phu lắm
Ý nghĩa sao còn hỡi thượng ông?

*Bóng Tà Dương*

## ANH HÀNG BÁNH GIÒ

Đều đều khản giọng tiếng rao đêm
Khắc khoải chờ trông… khách mở rèm
Sướng bụng "Vạc" mừng quay bước nhọc
Đói lòng ai thỏa đỡ cơn thèm
Sương khuya, bóng hắt theo thân hẩm
Gió bấc, trăng treo dõi phận hèn
Ai bánh chưng giò câu độc tấu
Đường xa ngõ vắng não nùng thêm!

*Cao Bồi Già*

## KẸO BÔNG GÒN

Một thùng tôn lớn gắn sau xe
Khắp phố kèn rao bóp tẻ te
Đường cát quay quay tơ trắng mịn
Đèn khò khẹc khẹc lửa xanh lè
Tay quơ lẹ lẹ gom chùm kẹo
Chân đạp ào ào giữ độ se
Xốp xốp mềm mềm mà thắm ngọt
Bông này trẻ thích đến say mê.

*Cao Bồi Già*

## GẪM CÙNG BÁCH NGHỆ

(THUẬN ĐỘC)
Người đời vén khéo việc lao công
Sướng khỏe phần ai nghệ giỏi thông
Phơi nắng, dãi mưa dồn tận sức
Trổ tài, căng óc vắt cùng khôn
Thôi nghề chọn tớ do duyên bạc
Vậy nghiệp dành anh bởi phận son
Soi đuốc Tổ sư gương cán mẫn
Đời thăng tiến mãi thắm tươi hồng

(NGHỊCH ĐỘC)
Hồng tươi thắm mãi tiến thăng đời
Mẫn cán gương sư Tổ đuốc soi
Son phận bởi anh dành nghiệp vậy
Bạc duyên do tớ chọn nghề thôi
Khôn cùng vắt óc căng, tài trổ
Sức tận dồn mưa dãi, nắng phơi
Thông giỏi nghệ ai phần khỏe sướng
Công lao việc khéo vén đời người

*Cao Bồi Già*

# MỤC LỤC

| | | |
|---|---|---|
| • LỜI PHI LỘ | | 19 |
| • KHAI TRƯƠNG BÁCH NGHỆ | Bóng Tà Dương | 27 |
| 1. PHÓ CẠO | Bóng Tà Dương | 28 |
| 2. LỮ QUÁN | Bóng Tà Dương | 28 |
| 3. CÔ HÀNG VỊT LỘN | Cao Bồi Già | 29 |
| 4. CÔ HÀNG MÃ | Cao Bồi Già | 29 |
| 5. NGHỆ NHÂN THỔI SÁO | Bóng Tà Dương | 30 |
| 6. CỬA HÀNG NHUỘM | Bóng Tà Dương | 30 |
| 7. ANH HÀNG DAO DẠO | Cao Bồi Già | 31 |
| 8. ÔNG PHÓ HÚI | Cao Bồi Già | 31 |
| 9. TỬU ĐIẾM | Bóng Tà Dương | 32 |
| 10. CỬA HÀNG Y PHỤC | Bóng Tà Dương | 32 |
| 11. ANH XE ÔM | Cao Bồi Già | 33 |
| 12. THỢ ĐÀO GIẾNG | Cao Bồi Già | 33 |
| 13. ĐÀN BẦU | Bóng Tà Dương | 34 |
| 14. PHẠT MỘC DỰNG NHÀ | Bóng Tà Dương | 34 |
| 15. LUẬT SƯ | Cao Bồi Già | 35 |
| 16. CÔ THÂU NGÂN | Cao Bồi Già | 35 |
| 17. THỢ XẺ | Bóng Tà Dương | 36 |
| 18. THỢ CHẠM KHẮC | Bóng Tà Dương | 36 |
| 19. ÔNG TỪ | Cao Bồi Già | 37 |
| 20. THẦY BÓI | Cao Bồi Già | 37 |
| 21. THẦY ĐỒ | Bóng Tà Dương | 38 |
| 22. HỌC TRÒ | Bóng Tà Dương | 38 |
| 23. KỊCH SĨ | Cao Bồi Già | 39 |
| 24. DIỄN VIÊN XIẾC | Cao Bồi Già | 39 |
| 25. NHÀ VĂN | Bóng Tà Dương | 40 |
| 26. THI SĨ | Bóng Tà Dương | 40 |
| 27. M.C. | Cao Bồi Già | 41 |
| 28. NHA SĨ | Cao Bồi Già | 41 |
| 29. NHẠC SĨ | Bóng Tà Dương | 42 |
| 30. CA SĨ | Bóng Tà Dương | 42 |
| 31. CÔ HÀNG XÔI | Cao Bồi Già | 43 |
| 32. CÔ HÀNG SÁCH | Cao Bồi Già | 43 |
| 33. PHIÊN TÒA | Bóng Tà Dương | 44 |
| 34. THẦY LANG | Bóng Tà Dương | 44 |
| 35. BƠM GA - MỰC | Cao Bồi Già | 45 |
| 36. ĐÁNH BÓNG | Cao Bồi Già | 45 |
| 37. MỤ ĐỠ | Bóng Tà Dương | 46 |

| | | |
|---|---|---|
| 38. SƯ CỤ | Bóng Tà Dương | 46 |
| 39. KHÓC MƯỚN | Cao Bồi Già | 47 |
| 40. CHỦ HÃNG HÒM | Cao Bồi Già | 47 |
| 41. ĐỐT THAN | Bóng Tà Dương | 48 |
| 42. ĐÃI VÀNG | Bóng Tà Dương | 48 |
| 43. CÔ HÀNG NÓN | Cao Bồi Già | 49 |
| 44. CÔ HÀNG THUỐC LÁ | Cao Bồi Già | 49 |
| 45. TÌM TRẦM | Bóng Tà Dương | 50 |
| 46. ĐÁ QUÝ | Bóng Tà Dương | 50 |
| 47. CỬA HÀNG ĐIỆN MÁY | Cao Bồi Già | 51 |
| 48. CỬA HÀNG ĐỒ ĐIỆN | Cao Bồi Già | 51 |
| 49. NGỌC TRAI THIÊN NHIÊN | Bóng Tà Dương | 52 |
| 50. NGỌC TRAI NHÂN TẠO | Bóng Tà Dương | 52 |
| 51. BẢO VỆ | Cao Bồi Già | 53 |
| 52. NHÂN VIÊN PHÁT THƯ | Cao Bồi Già | 53 |
| 53. PHU ĐÀO HUYỆT | Bóng Tà Dương | 54 |
| 54. ĐÔ TÙY | Bóng Tà Dương | 54 |
| 55. GIAO GA | Cao Bồi Già | 55 |
| 56. BƠM XĂNG | Cao Bồi Già | 55 |
| 57. HỘI BÁT ÂM | Bóng Tà Dương | 56 |
| 58. PHƯỜNG KÈN TÂY | Bóng Tà Dương | 56 |
| 59. LÀM BÁNH ĐA | Cao Bồi Già | 57 |
| 60. LÀM GIÒ CHẢ | Cao Bồi Già | 57 |
| 61. ĐAO PHỦ | Bóng Tà Dương | 58 |
| 62. ĐỒ TỂ | Bóng Tà Dương | 58 |
| 63. KIỂM LÂM | Cao Bồi Già | 59 |
| 64. CẢNH SÁT GIAO THÔNG | Cao Bồi Già | 59 |
| 65. GÁNH PHÂN | Bóng Tà Dương | 60 |
| 66. MỤC ĐỒNG | Bóng Tà Dương | 60 |
| 67. CÔ HÀNG VỊT QUAY | Cao Bồi Già | 61 |
| 68. CÔ HÀNG CƠM | Cao Bồi Già | 61 |
| 69. TÁT NƯỚC | Bóng Tà Dương | 62 |
| 70. NGHỀ ĐAN | Bóng Tà Dương | 62 |
| 71. NHÀ BÁO | Cao Bồi Già | 63 |
| 72. NHÀ KHÍ TƯỢNG | Cao Bồi Già | 63 |
| 73. ĐAN LƯỚI | Bóng Tà Dương | 64 |
| 74. XAY THÓC | Bóng Tà Dương | 64 |
| 75. THỢ ỐNG NƯỚC | Cao Bồi Già | 65 |
| 76. THỢ MÀI DAO KÉO | Cao Bồi Già | 65 |
| 77. GIÃ GẠO | Bóng Tà Dương | 66 |
| 78. SẢY TRẤU | Bóng Tà Dương | 66 |

| | | |
|---|---|---|
| 79. KẸO KÉO | Cao Bồi Già | 67 |
| 80. ĐẠI LÝ VÉ SỐ | Cao Bồi Già | 67 |
| 81. SÀNG GẠO | Bóng Tà Dương | 68 |
| 82. NGHỀ NÔNG (1) | Bóng Tà Dương | 68 |
| 83. KIẾN TRÚC SƯ | Cao Bồi Già | 69 |
| 84. THẦU KHOÁN | Cao Bồi Già | 69 |
| 85. NGHỀ NÔNG (2) | Bóng Tà Dương | 70 |
| 86. XE THỒ | Bóng Tà Dương | 70 |
| 87. ĐẦU BẾP | Cao Bồi Già | 71 |
| 88. NÁU TIỆC | Cao Bồi Già | 71 |
| 89. NÁU RƯỢU | Bóng Tà Dương | 72 |
| 90. CÂU CÁ | Bóng Tà Dương | 72 |
| 91. NGHỀ LÀM BỘT | Cao Bồi Già | 73 |
| 92. NGHỀ NUÔI CỌP | Cao Bồi Già | 73 |
| 93. CÁT VÓ | Bóng Tà Dương | 74 |
| 94. HÁI CHÈ | Bóng Tà Dương | 74 |
| 95. CÔ HÀNG RAU | Cao Bồi Già | 75 |
| 96. CÔ HÀNG SẮT | Cao Bồi Già | 75 |
| 97. ĐÁNH DẶM | Bóng Tà Dương | 76 |
| 98. ĐAN SỌT | Bóng Tà Dương | 76 |
| 99. TÀI XẾ | Cao Bồi Già | 77 |
| 100. PHỤ XẾ | Cao Bồi Già | 77 |
| 101. GÁNH LÚA | Bóng Tà Dương | 78 |
| 102. XÂY LẮP ĐIỆN | Bóng Tà Dương | 78 |
| 103. CÔ HÀNG VẢI | Cao Bồi Già | 79 |
| 104. CÔ HÀNG VÀNG | Cao Bồi Già | 79 |
| 105. MÓT LÚA | Bóng Tà Dương | 80 |
| 106. GẦU GUỒNG | Bóng Tà Dương | 80 |
| 107. ÉP ÁO MƯA | Cao Bồi Già | 81 |
| 108. TRÀM NÓN | Cao Bồi Già | 81 |
| 109. LỢN NÁI | Bóng Tà Dương | 82 |
| 110. TẠC TƯỢNG | Bóng Tà Dương | 82 |
| 111. THỢ ẮC QUY | Cao Bồi Già | 83 |
| 112. THỢ CUỐN MÔ TƠ | Cao Bồi Già | 83 |
| 113. ĐÚC TƯỢNG | Bóng Tà Dương | 84 |
| 114. TIỆM THUỐC BẮC | Bóng Tà Dương | 84 |
| 115. TRÔNG GIỮ XE | Cao Bồi Già | 85 |
| 116. TIẾP THỊ | Cao Bồi Già | 85 |
| 117. THỢ CÀY | Bóng Tà Dương | 86 |
| 118. GIÁC HƠI TẨM QUẤT | Bóng Tà Dương | 86 |
| 119. HÀNH KHẤT | Cao Bồi Già | 87 |

| | | |
|---|---|---|
| 120. LỘN XÍCH (SÊN) | Cao Bồi Già | 87 |
| 121. GIEO MẠ | Bóng Tà Dương | 88 |
| 122. NƯỚC MẮM ĐỒNG | Bóng Tà Dương | 88 |
| 123. LÀM GUỐC | Cao Bồi Già | 89 |
| 124. NGHỀ LÀM ĐINH | Cao Bồi Già | 89 |
| 125. GIĂNG LƯỚI | Bóng Tà Dương | 90 |
| 126. CẶM CÂU | Bóng Tà Dương | 90 |
| 127. NẶN TÒ HE | Cao Bồi Già | 91 |
| 128. NGHỀ LÀM LỒNG ĐÈN | Cao Bồi Già | 91 |
| 129. ĐẶT NỌP | Bóng Tà Dương | 92 |
| 130. ĐÂM TÔM | Bóng Tà Dương | 92 |
| 131. BA GÁC | Cao Bồi Già | 93 |
| 132. XÍCH LÔ | Cao Bồi Già | 93 |
| 133. TRỒNG KHOAI | Bóng Tà Dương | 94 |
| 134. ĐÒ NGANG | Bóng Tà Dương | 94 |
| 135. XI CHÂN KHÔNG | Cao Bồi Già | 95 |
| 136. SẠC BÌNH | Cao Bồi Già | 95 |
| 137. ĐÒ BAO | Bóng Tà Dương | 96 |
| 138. NGỪA TAY | Bóng Tà Dương | 96 |
| 139. RÚT HẦM CẦU | Cao Bồi Già | 97 |
| 140. KHOAN CẮT BÊ TÔNG | Cao Bồi Già | 97 |
| 141. KHẤT THỰC 2 | Bóng Tà Dương | 98 |
| 142. KHẤT THỰC 3 | Bóng Tà Dương | 98 |
| 143. HƯỚNG DẪN VIÊN DU LỊCH | Cao Bồi Già | 99 |
| 144. ĐỒ HỌA VI TÍNH | Cao Bồi Già | 99 |
| 145. LÀNG ĂN MÀY | Bóng Tà Dương | 100 |
| 146. ĂN MÀY GIẢ DẠNG | Bóng Tà Dương | 100 |
| 147. CỬU VẠN | Cao Bồi Già | 101 |
| 148. THỢ ĐỤNG | Cao Bồi Già | 101 |
| 149. THỢ GẶT | Bóng Tà Dương | 102 |
| 150. THỢ CẤY | Bóng Tà Dương | 102 |
| 151. CÔ HÀNG TRẦU CAU | Cao Bồi Già | 103 |
| 152. CÔ HÀNG VÔI | Cao Bồi Già | 103 |
| 153. BẮT CUA RÓC | Bóng Tà Dương | 104 |
| 154. XÀ ÍCH | Bóng Tà Dương | 104 |
| 155. CÂN SỨC KHỎE | Cao Bồi Già | 105 |
| 156. CHĂN VỊT | Cao Bồi Già | 105 |
| 157. NÀI NGỰA | Bóng Tà Dương | 106 |
| 158. LUYỆN VÕ | Bóng Tà Dương | 106 |
| 159. ĐAN TRANH | Cao Bồi Già | 107 |
| 160. ĐAN LÁ | Cao Bồi Già | 107 |

| | | |
|---|---|---|
| 161. SƠN ĐÔNG MÃI VÕ | Bóng Tà Dương | 108 |
| 162. GÁNH XIẾC | Bóng Tà Dương | 108 |
| 163. BÁC SĨ | Cao Bồi Già | 109 |
| 164. CHUYÊN VIÊN XÉT NGHIỆM | Cao Bồi Già | 109 |
| 165. RẠP XIẾC | Bóng Tà Dương | 110 |
| 166. ẢO THUẬT | Bóng Tà Dương | 110 |
| 167. ÉP KIM | Cao Bồi Già | 111 |
| 168. ÉP PLASTIC GIẤY TỜ | Cao Bồi Già | 111 |
| 169. MA XƠ THIỆN NGUYỆN | Bóng Tà Dương | 112 |
| 170. NI CÔ | Bóng Tà Dương | 112 |
| 171. GÁNH THỊT QUAY | Cao Bồi Già | 113 |
| 172. THỢ LÒ | Cao Bồi Già | 113 |
| 173. THUỐC NAM | Bóng Tà Dương | 114 |
| 174. DẶM CÙ BẮT CHUỘT | Bóng Tà Dương | 114 |
| 175. VÁ DÉP NHỰA | Cao Bồi Già | 115 |
| 176. LƯỢM BỌC | Cao Bồi Già | 115 |
| 177. GIÁO DỤC | Bóng Tà Dương | 116 |
| 178. BÁC SĨ | Bóng Tà Dương | 116 |
| 179. NGHỀ KHẮC DẤU | Cao Bồi Già | 117 |
| 180. IN LỤA | Cao Bồi Già | 117 |
| 181. HƯỚNG DẪN VIÊN DU LỊCH | Bóng Tà Dương | 118 |
| 182. NHU ĐẠO | Bóng Tà Dương | 118 |
| 183. CÂN VÀNH | Cao Bồi Già | 119 |
| 184. THỢ BƠM VÁ | Cao Bồi Già | 119 |
| 185. HIỆP KHÍ ĐẠO | Bóng Tà Dương | 120 |
| 186. QUYỀN ANH | Bóng Tà Dương | 120 |
| 187. RỬA XE | Cao Bồi Già | 121 |
| 188. DẬP NẮP PHÉNG | Cao Bồi Già | 121 |
| 189. TÚC CẦU GIAO HỮU | Bóng Tà Dương | 122 |
| 190. BÓNG CHUYỀN | Bóng Tà Dương | 122 |
| 191. THÔNG DỊCH VIÊN | Cao Bồi Già | 123 |
| 192. THƯ KÝ | Cao Bồi Già | 123 |
| 193. ĐÔ VẬT | Bóng Tà Dương | 124 |
| 194. BƠI LỘI | Bóng Tà Dương | 124 |
| 195. THỢ UỐN TÓC | Cao Bồi Già | 125 |
| 196. THỢ THÊU | Cao Bồi Già | 125 |
| 197. BÓNG BÀN | Bóng Tà Dương | 126 |
| 198. LÚA ĐÒI | Bóng Tà Dương | 126 |
| 199. CÔ HÀNG THỊT | Cao Bồi Già | 127 |
| 200. CÔ HÀNG CÁ | Cao Bồi Già | 127 |
| 201. MÚA LÂN | Bóng Tà Dương | 128 |

| | | |
|---|---|---|
| 202. ĐÀO AO | Bóng Tà Dương | 128 |
| 203. Y TÁ | Cao Bồi Già | 129 |
| 204. HỘ LÝ | Cao Bồi Già | 129 |
| 205. TRUYỀN THẦN | Bóng Tà Dương | 130 |
| 206. HỌA SĨ | Bóng Tà Dương | 130 |
| 207. TIỆM CẦM ĐỒ | Cao Bồi Già | 131 |
| 208. CHỦ HÀNG CỜ TÂY | Cao Bồi Già | 131 |
| 209. XÍCH LÔ | Bóng Tà Dương | 132 |
| 210. THỢ KIM HOÀN | Bóng Tà Dương | 132 |
| 211. THỢ VÔ TUYẾN | Cao Bồi Già | 133 |
| 212. THỢ HÀN | Cao Bồi Già | 133 |
| 213. CỬA HÀNG VÀNG BẠC | Bóng Tà Dương | 134 |
| 214. NGHỀ TẰM | Bóng Tà Dương | 134 |
| 215. DỆT VẢI THUNG | Cao Bồi Già | 135 |
| 216. ĐAN LEN MÁY | Cao Bồi Già | 135 |
| 217. NGHỀ TẶC | Bóng Tà Dương | 136 |
| 218. NGHỀ MÒ XÁC | Bóng Tà Dương | 136 |
| 219. CẦU THỦ BÓNG ĐÁ | Cao Bồi Già | 137 |
| 220. NGHỀ VÕ | Cao Bồi Già | 137 |
| 221. NGƯỜI NHÁI | Bóng Tà Dương | 138 |
| 222. VÕ RỪNG | Bóng Tà Dương | 138 |
| 223. CÔ HÀNG BÁNH BAO | Cao Bồi Già | 139 |
| 224. CÔ HÀNG BÁNH MÌ | Cao Bồi Già | 139 |
| 225. NUNG GẠCH | Bóng Tà Dương | 140 |
| 226. ĐOÀN MÚA | Bóng Tà Dương | 140 |
| 227. THỢ BỌC NỆM | Cao Bồi Già | 141 |
| 228. THỢ ĐÓNG GIÀY | Cao Bồi Già | 141 |
| 229. TRƯỢT BĂNG NGHỆ THUẬT | Bóng Tà Dương | 142 |
| 230. KÈN NAM | Bóng Tà Dương | 142 |
| 231. SẢN XUẤT XÀ BÔNG | Cao Bồi Già | 143 |
| 232. SẢN XUẤT NƯỚC JAVEL | Cao Bồi Già | 143 |
| 233. TRỒNG ĐAY | Bóng Tà Dương | 144 |
| 234. HÀNG BÁNH ƯỚT | Bóng Tà Dương | 144 |
| 235. THỢ BÁNH MÌ | Cao Bồi Già | 145 |
| 236. THỢ SƠN NƯỚC | Cao Bồi Già | 145 |
| 237. LÒ ĐƯỜNG | Bóng Tà Dương | 146 |
| 238. PHU CAO SU | Bóng Tà Dương | 146 |
| 239. CHUYÊN GIA TÂM LÝ | Cao Bồi Già | 147 |
| 240. KẾ TOÁN | Cao Bồi Già | 147 |
| 241. THỢ CẠO MỦ | Bóng Tà Dương | 148 |
| 242. TRỒNG BÔNG VẢI | Bóng Tà Dương | 148 |

| | | |
|---|---|---|
| 243. CÔ HÀNG BÁNH BÈO | *Cao Bồi Già* | *149* |
| 244. CÔ HÀNG KHOAI | *Cao Bồi Già* | *149* |
| 245. LÒ BÚN | *Bóng Tà Dương* | *150* |
| 246. BÓ CHỔI RƠM | *Bóng Tà Dương* | *150* |
| 247. NGHỀ BẮT CHÓ | *Cao Bồi Già* | *151* |
| 248. NGHỀ TÌM ĐIỀM RÒ | *Cao Bồi Già* | *151* |
| 249. LÀM NÓN | *Bóng Tà Dương* | *152* |
| 250. VÕ VIỆT NAM | *Bóng Tà Dương* | *152* |
| 251. THỢ CẠO MỦ CAO SU | *Cao Bồi Già* | *153* |
| 252. THỢ ĐẼO ĐÁ | *Cao Bồi Già* | *153* |
| 253. HÀNG CHÁO LÒNG | *Bóng Tà Dương* | *154* |
| 254. CÒ ĐỊA ỐC | *Bóng Tà Dương* | *154* |
| 255. THỢ LÀM ĐỒNG | *Cao Bồi Già* | *155* |
| 256. THỢ SỬA Ô TÔ | *Cao Bồi Già* | *155* |
| 257. TIẾP THỊ BIA | *Bóng Tà Dương* | *156* |
| 258. ĐẬU PHỤ | *Bóng Tà Dương* | *156* |
| 259. CÔ HÀNG ĐỒNG NÁT | *Cao Bồi Già* | *157* |
| 260. CÔ HÀNG NƯỚC | *Cao Bồi Già* | *157* |
| 261. SỮA ĐẬU NÀNH | *Bóng Tà Dương* | *158* |
| 262. SƯƠNG SÂM | *Bóng Tà Dương* | *158* |
| 263. HÀNG BONG BÓNG | *Cao Bồi Già* | *159* |
| 264. ÔNG HÁT XẨM | *Cao Bồi Già* | *159* |
| 265. SƯƠNG SÁO (THẠCH ĐEN) | *Bóng Tà Dương* | *160* |
| 266. SƯƠNG SA (XU XOA) | *Bóng Tà Dương* | *160* |
| 267. NGHỀ CẮT KÍNH | *Cao Bồi Già* | *161* |
| 268. NGHỀ XAY XÁT | *Cao Bồi Già* | *161* |
| 269. BÁNH ĐÚC NGÀY XƯA | *Bóng Tà Dương* | *162* |
| 270. SINH TỐ | *Bóng Tà Dương* | *162* |
| 271. THỢ GÒ THÙNG | *Cao Bồi Già* | *163* |
| 272. THỢ KHÓA | *Cao Bồi Già* | *163* |
| 273. THUYẾT MINH LỒNG TIẾNG | *Bóng Tà Dương* | *164* |
| 274. GÁNH LƯU DIỄN | *Bóng Tà Dương* | *164* |
| 275. THỢ MAY | *Cao Bồi Già* | *165* |
| 276. THỢ VÁT XỎ | *Cao Bồi Già* | *165* |
| 277. ĐOÀN CẢI LƯƠNG | *Bóng Tà Dương* | *166* |
| 278. CA TRÙ | *Bóng Tà Dương* | *166* |
| 279. CÔ HÀNG GIÓ | *Cao Bồi Già* | *167* |
| 280. CÔ HÀNG MẮT KÍNH | *Cao Bồi Già* | *167* |
| 281. KỊCH NÓI | *Bóng Tà Dương* | *168* |
| 282. DỊCH GIẢ | *Bóng Tà Dương* | *168* |
| 283. SẢN XUẤT NÚT ĐỒNG | *Cao Bồi Già* | *169* |

| | | |
|---|---|---|
| 284. NGHỀ WASH QUẦN ÁO JEANS | *Cao Bồi Già* | *169* |
| 285. THÔNG NGÔN | *Bóng Tà Dương* | *170* |
| 286. ONG RỪNG | *Bóng Tà Dương* | *170* |
| 287. PHÁT THANH VIÊN | *Cao Bồi Già* | *171* |
| 288. PHI CÔNG | *Cao Bồi Già* | *171* |
| 289. NUÔI ONG | *Bóng Tà Dương* | *172* |
| 290. BÁNH CHƯNG | *Bóng Tà Dương* | *172* |
| 291. THỢ GÓM | *Cao Bồi Già* | *173* |
| 292. THỢ RÈN | *Cao Bồi Già* | *173* |
| 293. BÁNH TÉT | *Bóng Tà Dương* | *174* |
| 294. QUẠT GIẤY | *Bóng Tà Dương* | *174* |
| 295. XE BÒ | *Cao Bồi Già* | *175* |
| 296. RÁP DÂY KÉO | *Cao Bồi Già* | *175* |
| 297. CẦU MÂY | *Bóng Tà Dương* | *176* |
| 298. BÓNG RỔ | *Bóng Tà Dương* | *176* |
| 299. NÔNG PHU | *Cao Bồi Già* | *177* |
| 300. PHU LỤC LỘ | *Cao Bồi Già* | *177* |
| 301. HẠT ĐƯỜI ƯƠI (đại phát tử) | *Bóng Tà Dương* | *178* |
| 302. TRỒNG NGÔ | *Bóng Tà Dương* | *178* |
| 303. CÔ HÀNG HOA | *Cao Bồi Già* | *179* |
| 304. CÔ HÀNG HOA QUẢ | *Cao Bồi Già* | *179* |
| 305. CAO LƯƠNG | *Bóng Tà Dương* | *180* |
| 306. HÁT BỘI | *Bóng Tà Dương* | *180* |
| 307. THỢ HỒ | *Cao Bồi Già* | *181* |
| 308. THỢ SƠN DẦU | *Cao Bồi Già* | *181* |
| 309. KẸO CU ĐƠ | *Bóng Tà Dương* | *182* |
| 310. BÁNH PHU THÊ | *Bóng Tà Dương* | *182* |
| 311. QUÂN NHÂN | *Cao Bồi Già* | *183* |
| 312. LÍNH CỨU HỎA | *Cao Bồi Già* | *183* |
| 313. TRÉ | *Bóng Tà Dương* | *184* |
| 314. CHÁO HẾN | *Bóng Tà Dương* | *184* |
| 315. LỰC SĨ THỂ HÌNH | *Cao Bồi Già* | *185* |
| 316. NGƯỜI MẪU | *Cao Bồi Già* | *185* |
| 317. RƯỢU BÀU ĐÁ | *Bóng Tà Dương* | *186* |
| 318. TỎI LÝ SƠN | *Bóng Tà Dương* | *186* |
| 319. THỢ SỬA ĐỒNG HỒ | *Cao Bồi Già* | *187* |
| 320. THỢ SỬA LINE ĐIỆN THOẠI | *Cao Bồi Già* | *187* |
| 321. YẾN SÀO | *Bóng Tà Dương* | *188* |
| 322. KẸO MẠCH NHA | *Bóng Tà Dương* | *188* |
| 323. ĂN TRỘM | *Cao Bồi Già* | *189* |
| 324. HUYỆN ĐỀ | *Cao Bồi Già* | *189* |

| | | |
|---|---|---|
| 325. THANH LONG | Bóng Tà Dương | 190 |
| 326. NẤM RƠM | Bóng Tà Dương | 190 |
| 327. CỬA HÀNG XE MÁY | Cao Bồi Già | 191 |
| 328. LÀM BẢNG HIỆU | Cao Bồi Già | 191 |
| 329. GIÒ LỤA CỔ TRUYỀN | Bóng Tà Dương | 192 |
| 330. TRỒNG NHO | Bóng Tà Dương | 192 |
| 331. NGHỀ KHOAN GIẾNG | Cao Bồi Già | 193 |
| 332. PHU VỆ SINH | Cao Bồi Già | 193 |
| 333. ĐIỆN TÍN VIÊN | Bóng Tà Dương | 194 |
| 334. BƯU TÍN VIÊN | Bóng Tà Dương | 194 |
| 335. NGHỀ TRANG ĐIỂM | Cao Bồi Già | 195 |
| 336. PHÓ NHÒM | Cao Bồi Già | 195 |
| 337. TRỒNG CÀ PHÊ | Bóng Tà Dương | 196 |
| 338. TRỒNG MÍA | Bóng Tà Dương | 196 |
| 339. NGƯỜI GIÚP VIỆC NHÀ | Cao Bồi Già | 197 |
| 340. ĐAN LEN TAY | Cao Bồi Già | 197 |
| 341. TÌM LAN RỪNG | Bóng Tà Dương | 198 |
| 342. HOẠT NÁO VIÊN | Bóng Tà Dương | 198 |
| 343. NGHỀ DỆT VẢI | Cao Bồi Già | 199 |
| 344. NGHỀ MAY NÓN | Cao Bồi Già | 199 |
| 345. TRÚM LƯƠN | Bóng Tà Dương | 200 |
| 346. HỢP XƯỚNG | Bóng Tà Dương | 200 |
| 347. BÁN BÁO | Cao Bồi Già | 201 |
| 348. BÓC (ĐẬU) LỘT (DỪA) | Cao Bồi Già | 201 |
| 349. HÒA TẤU | Bóng Tà Dương | 202 |
| 350. NGHỀ MAI MỐI | Bóng Tà Dương | 202 |
| 351. CÔ HÀNG PHỞ | Cao Bồi Già | 203 |
| 352. CÔ HÀNG NƯỚC MÍA | Cao Bồi Già | 203 |
| 353. LÁI TRÂU | Bóng Tà Dương | 204 |
| 354. HOẠN LỢN | Bóng Tà Dương | 204 |
| 355. THỢ TIỆN | Cao Bồi Già | 205 |
| 356. THỢ SỬA GẮN MÁY | Cao Bồi Già | 205 |
| 357. NGHỀ GỐM | Bóng Tà Dương | 206 |
| 358. CƠM CHAY NGHỆ THUẬT | Bóng Tà Dương | 206 |
| 359. ANH HÀNG BÁNH GIÒ | Cao Bồi Già | 207 |
| 360. KẸO BÔNG GÒN | Cao Bồi Già | 207 |
| • GẪM CÙNG BÁCH NGHỆ | Cao Bồi Già | 208 |

Liên lạc Tác giả
**Vũ Quang Huy**
caoboigia.tho@gmail.com


Liên lạc Nhà xuất bản
**Nhân Ảnh**
han.le3359@gmail.com
(408) 722-5626

www.ingramcontent.com/pod-product-compliance
Lightning Source LLC
Chambersburg PA
CBHW021424070526
44577CB00001B/49